என்றாவது ஒரு நாள்

கிழக்கு பதிப்பக வெளியீடுகளாக சுஜாதாவின் புத்தகங்கள்

மீண்டும் ஜீனோ
நிறமற்ற வானவில்
நில்லுங்கள் ராஜாவே
தீண்டும் இன்பம்
ஆஸ்டின் இல்லம்
அனிதாவின் காதல்கள்
நைலான் கயிறு
24 ரூபாய் தீவு
அனிதா இளம் மனைவி
கொலை அரங்கம்
கமிஷனருக்கு கடிதம்
அப்ஸரா
பாரதி இருந்த வீடு
மெரீனா
ஆர்யபட்டா
என் இனிய இயந்திரா
காயத்ரி
ப்ரியா
தங்க முடிச்சு
எதையும் ஒருமுறை
ஊஞ்சல்
ஓரிரவில் ஒரு ரயிலில்
மீண்டும் ஒரு குற்றம்
விக்ரம்
நில், கவனி, தாக்கு!
வாய்மையே சில சமயம்
வெல்லும்
ஆ..!
வசந்த காலக் குற்றங்கள்
சிவந்த கைகள்
ஒரே ஒரு துரோகம்
இன்னும் ஒரு பெண்
6961
ஜோதி
மாயா
ரோஜா
ஓடாதே
மேற்கே ஒரு குற்றம்
விபரீதக் கோட்பாடு
ஐந்தாவது அத்தியாயம்
மலை மாளிகை
விடிவதற்குள் வா
மூன்று நாள் சொர்க்கம்
பத்து செகண்ட் முத்தம்
கம்ப்யூட்டர் கிராமம்
இளமையில் கொல்
மேகத்தை துரத்தியவன்
ஒரு நடுப்பகல் மரணம்
நகரம்
இதன் பெயரும் கொலை
மண்மகன்
தப்பித்தால் தப்பில்லை
விழுந்த நட்சத்திரம்
முதல் நாடகம்
ஆட்டக்காரன்
ஜன்னல் மலர்
என்றாவது ஒரு நாள்
வைரங்கள்
மேலும் ஒரு குற்றம்
சொர்க்கத் தீவு
கனவுத் தொழிற்சாலை
ஆயிரத்தில் இருவர்
பதினாலு நாட்கள்
உள்ளம் துறந்தவன்
பிரிவோம் சந்திப்போம்
கரையெல்லாம் செண்பகப்பூ
இரண்டாவது காதல் கதை
நிர்வாண நகரம்
குருபிரசாதின் கடைசி தினம்
இருள் வரும் நேரம்
திசை கண்டேன் வான் கண்டேன்
ஆழ்வார்கள் - ஓர் எளிய அறிமுகம்
தேடாதே
விருப்பமில்லாத் திருப்பங்கள்
விரும்பிச் சொன்ன பொய்கள்
கை
ஆதலினால் காதல் செய்வீர்
நூற்றாண்டின் இறுதியில் சில சிந்தனைகள்
அப்பா, அன்புள்ள அப்பா
மிஸ். தமிழ்த்தாயே, நமஸ்காரம்!
சிறு சிறுகதைகள்
வாரம் ஒரு பாசுரம்
வானத்தில் ஒரு மௌனத்தாரகை
கடவுள் வந்திருந்தார்
அனுமதி
ஓலைப் பட்டாசு
சேகர், சிங்கமய்யங்கார் பேரன்
கம்ப்யூட்டரே ஒரு கதை சொல்லு
டாக்டர் நரேந்திரனின் வினோத வழக்கு
நிஜத்தைத் தேடி
பாதி ராஜ்யம்
சில வித்தியாசங்கள்

என்றாவது ஒரு நாள்

சுஜாதா

கிழக்கு

என்றாவது ஒரு நாள்
Endravathu Oru Naal
by Sujatha
Sujatha Rangarajan ©

Kizhakku First Edition: October 2010
136 Pages
Printed in India.

ISBN: 978-81-8493-567-7
Title No. Kizhakku 563

Kizhakku Pathippagam
177/103, First Floor,
Ambal's Building, Lloyds Road,
Royapettah, Chennai 600 014.
Ph: +91-44-4200-9603

Email : support@nhm.in
Website : www.nhm.in

Cover Image : Shutterstock

Kizhakku Pathippagam is an imprint of New Horizon Media Private Limited

This book is sold subject to the condition that it shall not, by way of trade or otherwise, be lent, resold, hired out, or otherwise circulated without the publisher's prior written consent in any form of binding or cover other than that in which it is published and without a similar condition including this the rights under copyright reserved above, no part of this publication may be reproduced, stored in or introduced into a retrieval system, or transmitted in any form or by any means (electronic, mechanical, photocopying, recording or otherwise), without the prior written permission of both the copyright owner and the above-mentioned publisher of this book.

இவள்தான். கடைசியில், இவள்தான் எனக்கு மனைவியாக வாய்க்கப் போகிறாள். இவள்தான் எனக்கு உயிர் வாழ்வதில் ஓர் அர்த்தம் உண்டுபண்ணப் போகிறாள். மெல்ல மெல்ல அவசரமே இல்லாமல் நட்பு உருவாகி முதிர்ந்து, அவளைச் சம்மதம் கேட்டு, மணம் முடித்து, அப்புறம்தான் அவளைத் தொடவேண்டும். நான் நாராயணன், புண்ணியகோடி அல்ல. சந்து சந்தாகப் பெண்ணைத் தேடிப் பணத்தை வாரியிறைத்த புண்ணியகோடி அல்ல. நான் நாராயணன். ஒரே ஒரு பெண்ணுக்காக ஏங்கப்போகும் நாராயணன். அவளுக்காக உயிர் வாழப்போகும் நாராயணன்.

1

அவன் நிஜப்பெயர் நாராயணன் இல்லை. அதைப் பற்றி அப்புறம் சொல்லலாம். இப்போது அவன் நாராயணன்.

காலை எழுந்தபோது இன்றைய தினம் வேறு விதமாக அமையப் போகிறது என்று அவன் எதிர்பார்க்கவில்லை.

மைலாப்பூர் கோயிலைச் சுற்றியிருக்கும் பற்பல சந்துகளில் ஒரு சந்தில் ஐந்து ஆண்டாக சுண்ணாம்புப் பூச்சைப் பார்த்திராத ஒரு வீட்டு மாடியின் பின்புறத்தில் ஓர் ஆஸ்பெஸ்டாஸ் அவசர அறையில் அவன் குடியிருப்பு.

பத்துக்கு எட்டு அடி அளவு. அதில் அவன் எளிய உடைமைகள். ஒரு தகரப்பெட்டி, தலையில் ஒரு படுக்கை, சுவரில் சில காலண்டர்கள், அறையின் குறுக்கே கொடி கட்டித் தொங்கும் ஒன்றிரண்டு பேண்ட், சட்டைகள், தரையில் கிடக்கும்

பத்திரிகைகள், தண்ணீருக்கு ஒரு மண் கூஜா, அதன் மண்டையில் ஒரு தம்ளர்.

அறையை விட்டு வெளியே வந்தவுடன் கோயில் தெரியும் மொட்டை மாடி. அங்கிருந்து சிக்கலான மரப்படிகளில் சரிந்து அவனுடன் செல்லலாம்.

அந்த வீட்டில் பற்பல ஓரங்களில் பற்பல தடுப்புகளில் குடியிருக்கும் அவன் போன்ற மற்றவர்கள் காத்திருக்கும் ஒரே பாத்ரூம்.

அதன் வாசலில் தண்ணீரை நூலாக வடிக்கும் குழாய்.

அதில் நீர் பிடித்து முகத்தை நனைத்துக்கொண்டு மிச்சமிருந்த தண்ணீரில் பல் தேய்த்தான்.

குளிப்பது தற்போது இயலாத காரியமாகத் தோன்றியது. நாலு சோப்புப் பெட்டிகள் வரிசையாகக் காத்திருந்தன.

மீண்டும் தன் அறைக்கு வந்து, சட்டை பேண்ட் மாற்றிக் கொண்டு, கைக்காசை ஆராய்ந்தான்.

இரண்டு ரூபாய் சில்லறை.

பத்மாவில் இட்லி காப்பி சாப்பிட்டால் பஸ்ஸுக்குத்தான் மிஞ்சும். மத்தியானச் சாப்பாட்டுக்கு அல்ல.

சாயங்காலம்தான் அந்த வாரக் கூலி கிடைக்கும். முப்பத்தி ஐந்து ரூபாய். அதுவரை...

சடக்கென அந்த நினைவு வயிற்றுக்குச் செய்தியாகப் போய் இப்போதே பசித்தது. பெட்டியைத் திறந்து ஒரு சின்ன கண்ணாடியை எடுத்துத் தன் முகத்தைப் பார்த்துக்கொண்டான்.

நாராயணனின் பொய் முகம். அடர்ந்த மீசை. அடர்ந்த தாடி, நெற்றியும் கண்களும் பிரதான மூக்கும் மட்டும்தான் தெரியும் முகம். மற்றவை மறைந்திருந்தன. மறைக்கவேண்டும்.

ஐந்து ஆண்டு மறைந்தாகி விட்டது. மாநிலத்தில் உள்ள போலீஸ் ரெகார்டுகள் மறைகிறவரைக்கும் மறைந்து வாழவேண்டும்.

அவன் நிஜப் பெயர் புண்ணியகோடி!

நாராயணன் தன் அறையைப் பூட்டிவிட்டுப் படியிறங்கி வெளியே வந்தான்.

நகரத்தின் காலை அவசரங்கள் தொடங்கிவிட்டன. டைப்ரைட்டிங் இன்ஸ்டிடியூட் திறந்து விட்டார்கள். 'முதல்வர் முழக்கம்' என்று அலறியது தினத்தந்தி. ரேடியோ 'நடைபாதை' அமைத்தது. குடிசையில் பூப்பெய்திய ஏதோ ஒரு பெண்ணுக்காக ஒலிபெருக்கி 'ஓரம்போ'க்கியது. சைக்கிள் ரிக்ஷாக்காரர்கள் கால்களுக்கு இடையே மணி ஒலித்துக்கொண்டு தெப்பக்குளம் நோக்கி மிதித்துக்கொண்டிருக்க, சேலைக் கடையில் பொம்மைகளுக்கு தூசி தட்டிக்கொண்டிருந்தார்கள்.

நாராயணன் ஒரே ஒரு காப்பி சாப்பிட்டுவிட்டு வெளியே வந்தான்.

சூரியன் இப்போதே கோவித்திருந்தான்.

ஓட்டலுக்கு வெளியே ஒரு சிறுவன் பெரிய சட்டை அணிந்து கொண்டு காதைச் சொறிந்துகொண்டு 'அய்யா' என்று பல் இளித்தான். காவிப் பற்கள், பெரிய கண்கள். பழக்கப்பட்ட கை நீட்டல்.

ஐந்து பைசா கொடுத்தான்.

ஒரே ஓட்டம்.

புண்ணியகோடி அந்த வயதில் ஊமையாக நடித்திருக்கிறான். 'பே! பேபேபே!' என்று அபஸ்வரத்தில் கெஞ்சிவிட்டு வயிற்றைத் தொட்டுக்காட்டி, 'இல்லை' என்று கைவிரித்து நடித்திருக்கிறான். எப்போது என்று நினைவு இல்லாத நாளிலேயேதான் பொய்கள் தொடங்கியிருக்கின்றன...

'டேய் இங்கே வாடா!'

'என்னங்க?'

'பஸ் ஸ்டாண்டில் சித்த முன்னாடி நீதானே ஊமை மாதிரி பாசாங்கு பண்ணே!'

'அய்யய்யோ! அது நான் இல்லீங்க. என் தம்பி!'

'நீதாண்டா. நான் பார்த்தேன், ஏன் இந்த வயசிலேயே பொய் சொல்றே.'

என்றாவது ஒரு நாள் ♦ 9

'நான் இல்லீங்க!'

'ராஸ்கல் படவா! நாலணா கொடுத்தேன். மறுபடி பொய் சொல்றே.'

பளீர் என்று எதிர்பாராமல் கன்னத்தில் அதிர்ந்த அடி. 'அய்யய்யோ அய்யய்யோ' என்று தரையில் படுத்துக்கொண்டு, கால்களை உதறி, அந்த ஆள் கொலையே செய்துவிட்டாற்போல் அட்டகாசமாக அழுது...

எல்லாமே நடிப்புத்தான்.

நாராயணன் மெல்ல நடந்தான்.

திருநீறு அணிந்து, சட்டைமேல் இடுப்பில் சரிகைத் துண்டு கட்டிக்கொண்டு, ஒரு பயபக்தி மனிதர் கோயிலில் இருந்து வெளிப்பட்டார். இளம் மனைவி. மனைவியின் இடுப்பில் வசீகரமாக வேடிக்கை பார்த்துக்கொண்டு குழந்தை, படியத் தலைசீவி நெற்றியில் குங்குமம் இட்டுப் புதிய சட்டை அணிந்து, குட்டிக் கால்களில் ரப்பர் செருப்பணிந்து...

அப்பா, அம்மா?

ஐந்து வயதில் அவன் தாய் இறந்தது ஞாபகம் இருந்தது.

குடிசைக்குள் எரிந்த மண்ணெண்ணெய் விளக்கு. அதன் அருகில் அசைவின்றிக் கிடந்த அம்மா. சுற்றிலும் 'தாயார் இறந்தாச்சு' என்று பாட்டுப்பாடி அழுதுகொண்டிருந்த பெண்கள். வாசலில் பச்சை மூங்கில் கிடத்தப்பட்டு அதன் குறுக்கே சிம்பு வைத்து கட்டிக்கொண்டு இருந்தார்கள். அந்தப் படுக்கை தயாரிக்கப் பட்டதும் அதன்மேல் கிடத்தப்படும்போது அந்தத் தலை சற்று ஆடியதும் திறந்திருந்த கண்கள் அவனைப் பார்த்ததும் தாரை தப்பட்டை 'டபக்கு டப்பா டகர டகர' என்று முழங்க, உற்சாக மாக முன்னே ஆடிக்கொண்டு சென்ற சிறுவர்களும் கீச்சுக் குரலில் ஒலித்த அபஸ்வர நாதசுரமும் அவன் நினைவில் நீங்காத பிம்பங் கள்.

மற்றொரு பிம்பம்-

அவன் அப்பாவை பஸ் ஸ்டாண்டில் தேடியது. வாழைப் பழத்தைக் கொடுத்து 'இங்கேயே உக்காரு, வரேன்' என்று

சொல்லிப் போனவர் அப்புறம் வரவேயில்லை. நூற்றுக்கணக்கான மனிதர்கள் புழங்கும் இடத்தில், பிரயாணிகளின் ஊடே, சிவப்பு பஸ்களின் இடையில், காப்பிக் கடையில், வெய்ட் பார்க்கும் மெஷினின் அருகில், 'எங்க அப்பாரு... எங்க அப்பாரு எங்கே?' என்று இருட்டும்வரை தேடியது.

எட்டாவது வயதில் அவன் தன்னைத்தானே பார்த்துக்கொள்ள வேண்டிய முழுப் பொறுப்புள்ள இந்தியக் குடிமகன் ஆகிவிட்டான். புண்ணியகோடி...

நாராயணன் பாலத்தைக் கடந்தான்.

சாக்கடைக் கரையெல்லாம் குடிசைகள், கட்சிக் கொடிகள், உடனே கட்டடங்கள், டெலிவிஷன் விரல்கள்.

விரைவு பஸ்ஸில் ஏறிக்கொண்டு காலியாக இருந்த இடத்தில் உட்கார்ந்தான்.

அருகே தொப்பியை மடியில் வைத்துக்கொண்டு ஒரு போலீஸ்காரர்.

துணுக்குற்றான்.

எழுந்து வேறு இருக்கை பிடிக்கலாம் என்றால் காலியில்லை. நிற்கவேண்டும். சந்தேகப்படுவார்.

போலீஸ்காரர் வெளியேதான் பார்த்துக்கொண்டிருந்தார். அவன் போட்டோவை இவர் பார்த்திருப்பாரா?

சூட்கேஸ் திருடர்கள் என்கிற ரீதியில் புண்ணியகோடி முதன் முதலில் போட்டோ பிடிக்கப்பட்டான். அப்புறம் எத்தனை முறை ஸ்லேட்டில் நம்பர் எழுதி, நின்று, திரும்பி... போட்டோக்கள், விரல் ரேகைகள்...

அதெல்லாம் ஐந்து ஆண்டு ஆயிற்றே. அப்போது வேறு முகம், வேறு பெயர்... சென்னையில் மக்கள் திரளில் ஒரு மூலையில் ஓர் அறையில் அவனுக்குக் கிடைத்திருக்கும் தாற்காலிகப் பத்திரம்.

இனி அவன் புண்ணியகோடி இல்லை. செத்துவிட்டான். சத்தியமாக அவன் திரும்பிப் போகமாட்டான். அந்தப் பெயரே ஏறக்குறைய மறந்துவிட்டது. மறந்துவிட்டதா...

அருகில் ஒரு பெண் நின்றாள். நேற்று இரவு மொட்டாகி, பின்னிரவில் மலர்ந்து, மல்லிகையின் மணம் இன்னும் அவளிடம் மிச்சம் இருந்தது.

பெண் மணம்...

'அய்யா எங்கே, புண்ணியகோடி?'

'கடைக்குப் போயிட்டாரும்மா.'

'இதப் பார், 'துணியெல்லாம் உலர்ந்து போச்சு. மடிச்சு டிரஸ்ஸிங் டேபிள் மேல வெச்சுரு!'

'சரிம்மா!'

'குளிச்சியா?'

'ஆச்சு அம்மா!'

'இதப் பார்! இந்தா பழசாப்போச்சு சட்டை... இதை நீயே வெச்சுக்க.'

'அய்யாதும்மா இது...'

'பரவாயில்லை. போட்டுக்க.'

'வேண்டாம்மா!'

'எடுத்துக்கடான்னா!'

'நன்றிம்மா.'

'உனக்கு என்ன வயசு!'

'தெரியாதம்மா.'

மீசையெல்லாம் வளர ஆரம்பிச்சுடுச்சே, பதினஞ்சு பதினாறு இருக்குமா?'

'தெரியாதம்மா.'

'இங்க வா! வந்து உக்காரு! ஏன் நிக்கறே.'

'வேண்டாம்மா! வேண்டாம்!'

'பயப்படாதடா! ஒண்ணும் செய்துற மாட்டேன். கடிச்சு முழுங்கிட மாட்டேன்!'

பயம், அதீத பயம், அப்புறம் தயக்கம். அப்புறம் ஆர்வம். அப்புறம் வெட்கம். அப்புறம் இறுக்கம், அப்புறம் வியர்வை...

அப்புறம் மணம், பெண் மணம்!

'டிக்கெட்... டிக்கெட்!'

சில்லறை எடுத்துக் கொடுத்தான்.

'என்னங்க, இப்பல்லாம் நம்ம பஸ்ல வர்றதில்ல?'

'முந்தின பஸ்ல போய்டறேன்' என்று முணுமுணுத்தான்.

அருகில் இருந்த போலீஸ்காரர் ஒருமுறை அவனைப் பார்த்து விட்டு, திரும்பி சன்னலுக்கு வெளியே நோக்கினார்.

கண்டக்டர் விசாரித்தது சற்று உறுத்தியது. திரும்பத் திரும்ப ஒரே சமயத்தில் ஒரே பஸ்ஸில் செல்வதில் ஆபத்து இருக்கிறது. இருந்தும், அவர்களுக்கெல்லாம் அவன் நாராயணன்தானே! புண்ணியகோடி இல்லையே!

அந்தப் பெண் இறங்கிவிட்டாள். தன் சேலையைத் திருத்திக் கொண்டு துடிப்பாக நடந்து செல்வதை சன்னல் வழியாகப் பார்த்தான்.

திலகம்!

காங்கிரீட் மிக்சர் சுழலச் சுழல அதன் பசிக்கு வரிசையாக ஜல்லி யும் சிமெண்டும் மணலும் கொண்டுவந்து தீனி போடும் பத்து பெண்களில் ஒருத்தி. சற்று வித்தியாசமான ஒருத்தி.

'யோவ், நீ தாடி, மீசையை எடுத்துட்டா நல்லாருப்பே போலிருக்கு!'

பஸ் நகர, நெரிசலில் இருந்து வெளிப்பட்டு நிலத்தின் முதுகி லிட்ட கறுப்புக் கோட்டின்மேல் விரைவாகச் சென்று கொண்டு இருந்தது. பெரும்பாலும் காலியாகிவிட்டது. போலீஸ்காரர் அப்போதே இறங்கிவிட்டார்.

சுளீர் என்று புண்ணியகோடியின் உடம்பில் அந்த அடி பட்டது.

'ஏண்டா! அடிமடியிலேயே கையை வைக்கறியா! போனாப் போறதுன்னு ஏழை அனாதைன்னு வீட்டில் வேலை கொடுத்து வீட்டோட வைச்சுக்கிட்டா இந்த வேலை செய்றியா நீ! ராஸ்கல்' பழையபடி ஒரு சுளீர்.

'அய்யா ... அய்யா... இல்லீங்க, அம்மாதாங்க என்னை...'

'அடப்பாவி! என்மேல் பழி போடுறான் பாருங்க!' துணியை மடிச்சு வைடான்னு சொல்லிவிட்டு உள்ளே போயிருக்கேன்... கூடவே ரூமுக்குள்ள வந்துட்டான். என்னடான்னா திருதிருன்னு முழிக் கிறான். எனக்கு அப்பவே சந்தேகம். நாயைத் துரத்தி அடிக்க லாம்னா மடக்குனு இறுக்கக் கையைப் பிடிச்சுட்டு என்னைத் தள்ளிட்டான். செருப்பால அடிங்க அவனை! நல்லா அடிங்க...'

'படுபாவி! எங்க உப்பைத் தின்னுட்டு...'

'வேண்டாங்க! அடிக்காதீங்க! அம்மாதாங்க என்னை உள்ள கூப்பிட்டாங்க.'

'பொய் சொல்றயே, புழுத்துப் போய்டுவடா! பொய் சொல்ற நாக்கை வெட்டுங்க. கையைக் காலை உடைங்க. கட்டி வெச்சு உதைங்க.'

அவர் துரத்த, தன்னைக் காப்பாற்றிக்கொள்ள அடைபட்ட அறையில் சுற்றிச் சுற்றி ஓடினான். அவருக்கு ஆத்திரம் மிகுதி யாக, அவன் ஆத்திரமும் அதிகரிக்க, ஒரு திமிறலில் அவரைத் திரும்ப முழங்காலால் உதைக்க அவர் பதறிப் போய் விழ, கதவுத் தாழ்ப்பாளைத் திறந்து...

ஒரே ஓட்டமாக ஓடிக்கொண்டிருந்தது பஸ்.

அந்தத் தண்டனையின் அநியாயத்தை புண்ணியகோடி மறக்க வில்லை.

நாராயணன் பஸ்ஸில் இருந்து இறங்கி நடந்தான்.

ஹிந்த் கன்ஸ்ட்ரக்ஷன் கம்பெனி என்று அறிவிப்புப் பலகை ஒற்றையாக நிற்க, அந்த எதிர்காலக் கட்டடத்தின்முன் சுறுசுறுப் பாக காங்கிரீட் மிக்ஸர்கள் சுழன்றுகொண்டு இருந்தன.

சவுக்குச் சாரத்தில் கூலிப்பெண்கள் தட்டுத் தட்டாக அனுப்பிக் கொண்டு இருந்தார்கள்.

குடையின்கீழ் மேஸ்திரி காண்ட்ராக்டர் நின்றார்.

நாராயணன் பேண்ட்டை மடக்கிக்கொண்டான். டீசல் சக்தியில் சுழலும் இயந்திரத்தின் அருகில் சென்று அதைக் கயிறு சுற்றிக் கிளப்பினான். திலகத்தைத் தேடினான். மேலே நின்றுகொண்டு இருந்தாள். அத்தனை பெண்களிலும் அத்தனை தூரத்திலும் அவள் அவனுக்குத் தனிப்படத் தெரிந்தாள். 'வாங்கய்யா' என்றாள்.

சிமெண்ட் ஜல்லி மணல் நீர்க்கலவையை ஒழுங்குபடுத்தத் தொடங்கினான். இயந்திரத்தின் வாய்ச்சுழலில் பச்சை நிற ஈரக் கலவையின் பதம் பார்த்ததும் லீவரைத் திருப்பிக் கொட்டக் கொட்ட, மறுபடி கலவை, மேலிருந்து தொப் தொப் என்று விழும் தட்டுகள். சிமெண்டு கலவையுடன் மேல்தளம் உருவாகிக்கொண்டு இருந்தது.

மாடி!

அவன் முதல் பெரிய திருட்டு.

அதுவரை அங்கேயே பஸ் ஸ்டாண்டு, ரயில் நிலையத்தில் சூட்கேஸ், சினிமாக் கொட்டகையில் கறுப்பு மார்க்கெட் சில்லறை வேலைகள் செய்துகொண்டிருந்தவன் முதல் முதல் பெரிய திருட்டு...

அந்த வீடு புதிதாக அமைக்கப்பட்ட குடியிருப்புப் பகுதியில் இருந்தது. பின்புறமாக அதை அணுகினான். தனியாகத்தான் இருந்தான். எப்போதுமே அவன் தனியாகத்தான் இயங்கியிருக் கிறான். கூட்டாளிகள் சேர்த்துக்கொண்டதே இல்லை.

மாடிக்குப் பின்புற ட்ரெய்னேஜ் பைப் மூலம் சத்தம் இல்லாமல் ஏறி, துணி உலர்த்தும் கொடிகளைக் கடந்து அந்தத் தாளிட்ட கதவை முதலில் சந்தித்தான். அழுத்திப் பார்த்தான். மசியாதுபோல் இருந்தது. கதவின் கீழ்ப் பகுதியில் இருந்த தாழ்ப்பாள் கொஞ்சம் மசியும் போலிருந்தது. இத்தனை நாளாகியும் இத்தனை திருட்டு கள் கொள்ளைகள் செய்து அகப்பட்டுத் தப்பித்து...

இப்போது எல்லாவற்றையும் உதறி எறிந்துவிட்டு ஒரு மூலை யில் காங்கிரீட் கலக்கும் சாதா நாராயணனாக மாறின பின்னும் அந்த முதல் திருட்டு தெளிவாக ஞாபகம் இருந்தது.

கதவு திறந்துகொள்ள, மெதுவாக பஞ்சடி வைத்து நடந்து உள்ளே செல்ல, ஒரு லிங்க் குழாய். அப்புறம் ஒரு சின்ன டாய்லெட் தெரிந்தது. அதன்பின் படுக்கை அறை. ஒரே ஒரு செகண்ட் டார்ச் போட்டு அணைத்து விட்டான். ஒரு பெரிய கோத்ரெஜ் பீரோ. படுக்கையில் இரண்டு பேர் படுத்திருந்தார்கள். போய்விடலாம் என்று தீர்மானித்தான். கடைசி நிமிடத்தில் மனம் மாறினான். சுவரில் விளக்கு சுவிட்சைத் தேடினான். பட்டென்று பிரகாசம் அறையில் பரவ, படுத்திருந்தது மூன்று பேர் என்று தெரிந்தது. கணவன், மனைவி, நடுவே ஓர் ஏழு வயதுப் பெண். சற்று நேரம் அயர்ந்து தூங்குபவர்களைப் பார்த்தான். சிறுமி ஒரு கணம் சிலிர்த்துவிட்டுத் திரும்பி தன் அம்மாவுடன் ஒட்டிக்கொண்டாள்.

'அய்யா! அய்யா! எழுந்திருங்க!' என்றான். பக்கத்தில் இருந்த நாற்காலியை நகர்த்தி சத்தம் வரச் செய்தான்.

திடுக்கிட்டு எழுந்தார் அந்த ஆசாமி. 'யாரு! யாரு!' என்றார்.

'நான்தான்! புண்ணியகோடி! கொஞ்சம் முழிச்சுக்கங்க. அவங்களையும் எழுப்பிடுங்க. இது பாருங்க, இது என்னது?'

'க...க...த்தி'

'அனாவசிய சேதம் வேண்டாமில்ல?'

'வே...வேண்டாம், வேண்டாம். என்ன வேணும்?' என்று இயல்பாகக் கைக்கடிகாரத்தைக் கழற்றினார்.

'கெடியாரம் வேண்டாம். என்கிட்ட கெடியாரம் நிறைய இருக்கு. இந்த பீரோ சாவி வேணும்.'

'கீழ இருக்கு.'

'பொய் சொல்லாதீங்க!'

'இல்லை, மெய்யா கீழ இருக்கு.'

அம்மா எழுந்தாள். உடனே 'கோ' என்று கதறினாள்.

'கூவாதீங்க! கூவக்கூடாது. நான் சொல்றபடி நீங்க கேட்டா ஒண்ணுஞ் செய்யமாட்டேன்.'

அவள் குழந்தையை நெருங்கினாள்.

'தூங்கற குழந்தையை எதுக்கு எழுப்பறீங்க? தேவையில்லை, அம்மா! பீரோ சாவி எங்க இருக்குது, கொஞ்சம் சொல்றீங்களா?'

அவள் கணவனைப் பார்க்க... 'சாவி இல்லையே! சாவி எங்கங்க?' என்று நடுங்கினாள்.

புண்ணியகோடி திடீர் என்று செயல்பட்டு, சரேல் என்று பாய்ந்து அவர் கன்னத்தில் கீறினான்.

அவர் பயந்து கன்னத்தைத் தொட்டு ரத்தத்தைப் பார்த்து, 'அய்யோ! அய்யோ!' என்று கத்த -

'கூச்சல் போடறதை நிறுத்து முதலில்!'

'நிறுத்தறேன்.'

'எடு சாவியை.'

தலையணைக்கு அடியில் இருந்து சாவிக்கொத்தை எடுத்து எறிந்தார்.

'நேரா எதிர்த்தாப்பல இருக்கற ரூமுக்குப் போங்க!'

அவர்கள் எவ்வளவு பயந்தார்களோ அவ்வளவு அவனும் அப்போது பயந்திருந்தான். ஒரு கத்திதான், அதிகப்படியாக! உயிர்மேல் ஆசை, ஓர் ஆசாமியை ஏன் ஒரு கும்பலையே எவ்வளவு கோழையாக்க முடியும் என்பதை முடிவில் உணர்ந்து கொண்டான்.

'அண்ணே! காண்டிராய்ட்டரு கூப்பிடறாரு!'

'கொஞ்சம் பார்த்துக்கப்பா, வந்துர்றேன்.'

சவுக்குச் சாரத்தில் படியேறி மாடிக்கு வந்தான்.

திலகம் ஒருமுறை அவனைத் திரும்பிப் பார்த்து பிரத்யேகமாகச் சிரித்துவிட்டு தலைச்சுமையைக் காலிசெய்தாள்.

'வாய்யா நாராயணன். உனக்கு என்ன கூலி வேண்டாமா?'

'கூலி எங்க போறது முதலாளி! உங்களைத் தொந்தரவு செய்ய வேண்டாம், அப்புறம் வாங்கிக்கலாம் என்று இருந்தேன்.'

'நல்ல ஆளுப்பா நீ! நாராயணன் உனக்கு பாங்கில் பணம் எடுக்கறது தெரியுமா?'

திடுக்கிட்டான். 'என்ன சொல்றீங்க முதலாளி?'

'இந்த செக்கை எடுத்துட்டுப் போய் பணம் மாத்திக்கிட்டு வருவியா?'

'நானா?'

'ஏன், உனக்குத் தெரியாதா?'

'மேஸ்திரி இல்லியா?'

'மேஸ்திரி டவுனுக்குப் போயிருக்கிறார், நாளைக்கு செண்ட்ரிங்குக்கு பலகை வாங்கிட்டுவர... உனக்குத் தெரியுமா, தெரியாதா?'

'தெரியுங்க, வாங்கிட்டு வரேன்!'

'படிச்சவன்தானே!'

'எஸ்.எஸ்.எல்.சி. பாஸ்ங்க!'

ஜாக்கிரதை, எம்பிளாய்மெண்ட் எக்ஸ்சேஞ்சில் அதுதான் சொல்லியிருக்கிறான். நான் நாராயணன்!

'கூட யாரையாவது அழைச்சிட்டுப் போ.'

'இல்லீங்க, தனியாப் போறேன்...'

முதலாளி செக் எழுதிக் கொடுத்து... 'இரண்டாயிரத்து ஐந்நூறு, ஜாக்கிரதையாக எடுத்துட்டு வா.'

அதைத் தயக்கத்துடன் வாங்கிக் கொண்டு 'முதலாளி வந்தனங்க' என்றான்.

'ஏன், என்ன?'

'என்மேல் உங்களுக்கு அவ்வளவு நம்பிக்கையா?'

'இதப் பாரு. நான் பலவிதப்பட்ட மனிதர்களைப் பார்த்திருக்கேன். ஒரு ஆள் கண்ணைப் பார்த்தால் அந்த ஆள் எப்படின்னு கண்டுபிடிச்சிடுவேன்...'

கீழே சாரத்தில் இறங்கும்போது எதிர்த் திசையில் மறுபடி திலகத்தைப் பார்த்தான்.

'எங்கய்யா! வேலகீல கிடையாதா!'

'வெளியே போறேன். உங்களுக்கெல்லாம் கூலிப் பணம் எடுத்து வர பாங்கிக்குப் போறேன்' என்று பெருமையுடன் சொல்லிக் கொண்டான்.

'எனக்கு ஏதாவது வாங்கிவா!' என்றாள்.

நாராயணனுக்கு நிறைவாக இருந்தது.

கீழே வந்ததும் சட்டென்று ஞாபகம் வந்து சரசர என்று மேலே ஏறிவந்து, 'முதலாளி, பாங்க் எங்க இருக்குனு சொல்லலீங்களே!' என்றான்.

அவர் சிரித்துக்கொண்டே, 'அதான் யோசிச்சேன், கேட்டு வெச்சுக்காம போயிட்டானேன்னு. எப்ப ஞாபகம் வந்து திரும்பி வரான் பார்க்கலாம்னு சும்மா காத்துக்கிட்டிருந்தேன்... நேரே அசோக்நகர் பஸ் ஸ்டாண்டுக்குப் போய், அங்க விசாரி, தஞ்சாவூர் பாங்குன்னு கேளு...'

'அதான் செக்கில் எழுதியிருக்குங்களே!'

'படிக்கத் தெரியும்னு சொல்லிக்கறே! போய்ட்டு சீக்கிரம் வந்துரு!'

நாராயணன் பஸ்ஸுக்காகக் காத்திருக்கையில் இரண்டு காரணங் களால் அவனுக்கு உற்சாகமாக இருந்தது. ஒன்று முதலாளியின் நம்பிக்கை, இரண்டு திலகம்! அவள் அவனைப் பார்த்து சிரித்த பிரத்யேகச் சிரிப்பு.

திலகம் அவன் புதிய வாழ்க்கையில் பூத்த ஒரே ஒரு மலர். அவளை அப்படி ஒன்றும் அழகு என்று சொல்லிவிட முடியாது. நகரத்தில் வெயில் படாத பளபளப்பான சருமத்துடன் கார்களில் செல்லும் பெண்களைப்போல இல்லை. நிறம் ஏறக்குறைய கறுப்பு என்றுதான் சொல்லவேண்டும். கன்னத்தில் மெலிதாக அம்மை வடுக்கள் தெரியும். மிகப்பெரிதாக இருந்தும் அவளிடத் தில் சொல்லத் தெரியாத வசீகரம் இருந்தது. நேரான மூக்கு, நல்ல உயரம். மஞ்சள் நிறச் சேலையைச் சுருட்டி சும்மாடு வைத்து

அதன் மேல் பாண்டு வைத்து அதன் மேல் கைகளை உயரத் தூக்கிப் பிடித்துக்கொண்டு, சேலையைச் சற்று உயர்த்தி இடுப்பில் செருகிக்கொண்டு அவள் சாரத்தில் நடக்கும்போது, அந்த கறுப்புக் காலில் வெளுப்புக் கொலுசு மெலிதாகப் புலம்ப, திலகம் அழகுதான்! இது வேறுமாதிரி அழகு, பிரத்யேகமான கலங்க வைக்கும் அழகு.

அப்புறம் அந்தக் குரல் - 'யோவ்' என்றுதான் கூப்பிடுவாள். பெயர் சொல்லமாட்டாள். என் பெயர் அவளுக்குத் தெரியுமா என்பதே சந்தேகம். எப்போதாவது அவளிடம் தன் பெயரைச் சொல்ல சந்தர்ப்பம் ஏற்பட்டதா என்று யோசித்துப் பார்த்தான். ஊகூம். இருந்தும் பெயர் தெரியாமலே அந்த 'யோவ்' மூல மாகவே ஒரு தனிப்பட்ட உறவு ஏற்பட்டுவிட்டது.

திலகம் எல்லோரையும் பார்த்து அப்படிச் சிரிப்பது இல்லை என்பதைக் கவனித்தான். மிகவும் அருகில் நிற்கையில் அவள் தலைச்சுமைக்கு வருவாள். ஒரு செகண்ட் அவர்கள் பார்வை சந்தித்துக் கொள்ளும். காங்கிரீட் கலவை போலச் சுழலும். அவனிடம் அங்கங்கே தினசரி உழைப்பில் திருடிய கணங்களில் தெரிவித்த ஆசைகள். திலகத்துக்கு ஏதாவது வாங்கிக்கொண்டு போகவேண்டும். திலகத்துக்காக நாராயணனாக இருந்தாக வேண்டும். நம்பிக்கை நாராயணன். முதலாளி ரூபாய் இரண்டா யிரத்து ஐந்நூறுவரை நம்பும் நாராயணன்.

அன்று பாங்கு கட்டடம் அமைதியாகவே இருந்தது. செக்கில் பின்பக்கத்தில் நாராயணன் என்று கையெழுத்திட்டுக் கொடுத்து, டோக்கன் வாங்கிக்கொண்டு காஷியர் அருகில் காத்திருந்தான்.

விரல்கள் விர்ரிச் விர்ரிச் என்று நூறு ரூபாய் நோட்டுகளை எண்ணி முணுமுணுத்துக்கொண்டிருந்த காஷியரைப் பார்த்தான்.

புண்ணியகோடி அந்த பாங்குக் கட்டத்துக்குள் வாடகைச் சட்டை அணிந்துகொண்டு, படியத் தலை சீவிக்கொண்டு நுழைந்தான். பெரிய க்யூ. வாசலில் துப்பாக்கியுடன் நின்றுகொண்டிருந்த கிழவன். அந்த ஆசாமி தன் பெரிய ப்ரீஃப்கேஸில் நோட்டுக் கத்தைகளை அடுக்கிக்கொண்டு அதை மூடும் சமயத்தில் பாய்ச்சல். ஒரே பிடுங்கல். நிமிஷமாக சாலைக்குள் ஓடிவந்து வாடகை சைக்கிள் ஏறி எதிர்ச்சந்தில் புகுந்து, மற்றொரு சந்து - மற்றொன்று, மற்றொன்று...

'டோக்கன் நம்பர் 147.'

'நான்தாங்க' என்றான், நாராயணன். 'எல்லாம் பத்து ரூபாயா கொடுங்க. நூறு ரூபாய்க்கு அஞ்சும் நூறு ரூபாய்க்கு ஒரு ரூபாய் நோட்டாவும் கொடுத்திடுங்க!'

'ஒரு ஆள் கண்ணைப் பார்த்தால், அந்த ஆள் எப்படிங்கிறதைக் கண்டுபிடிச்சுடுவேன்.'

'அவ்வளவு சுலபமில்லை முதலாளி...'

ரூபாய் நோட்டுகளை வாங்கித் திணித்துக்கொண்டபோது நாராயணனுக்கு அந்தப் பணத்தின் பேரில் ஈடுபாடோ வாஞ்சையோ ஏற்படவில்லை. எத்தனை பணம் பார்த்திருக் கிறான். ஒன்றா, இரண்டா, ஆயிரக்கணக்கில்! எப்படியெல்லாம் செலவழித்திருக்கிறான்.

'இந்தா! வலது பக்கத்துக்கு ஒண்ணு இடது பக்கத்துக்கு ஒண்ணு ஒட்ட வெச்சுக்க' என்று இரண்டு நூறு ரூபாய் நோட்டு! 'இதுதான் உனக்கு உடை!'

'இன்னும் ஒரு நோட்டு வேணுங்களே!'

மெல்லிய இருட்டில் பார்த்த பெண் முகங்கள். ஐந்து நிமிடத்தில் ஒரு நிமிடம் பார்த்து ஒரு நிமிடம் சிரித்து, ஒரு நிமிடம் விளக்கு அணைத்து, ஒரு நிமிடம் உடைகளைக் களைந்து...

'முன்னாலேயே பணத்தைக் கொடுத்துட்டீங்கன்னா சரி!'

பணம்! பணத்துக்காக என்னவெல்லாம் செய்ய வைத்திருக் கிறான்.

பாங்கை விட்டு வெளியே வந்தபோது, அருகே இருந்த பேக்கரி யில் இரண்டு கேக் வாங்கிக்கொண்டான். தன் கூலியில் முதலாளியைக் கழித்துக்கொள்ளச் சொல்ல வேண்டும். ஒரு கேக் முதலாளிக்கு, மற்றது திலகத்துக்கு. இன்றைய இரண்டு இனிப்பு களுக்கு!

2

அந்த போலீஸ் நிலையத்தில் எல்லா போலீஸ் நிலையங்களுக்கும் உள்ள குணாதிசயங்களில் இருந்து சற்று வேறுபட்டு, வாயில்புறம் தோட்டம் இருந்தது. சர்க்கிள் இன்ஸ்பெக்டர் தர்மராஜனுக்கு பூக்கள் என்றால் விருப்பம். சின்னச் சின்னத் தொட்டிகள் அமைத்து, ஜின்னியா, ஆஸ்டர், ரோஜா என்று போற்றிப் போற்றி வளர்த்து இருந்தார். போலீஸ் நிலையத்தைக் கடக்கும்போது ஒரு சின்ன மல்லிகைப் பந்தல் சற்று நேரம் வாசனை அடிக்கும். டி.சி., அந்த நிலையத்துக்கு வந்தபோது பிரத்யேகமாகக் குறிப்பிட்டு இருக்கிறார்.

மலர்கள் மட்டும் அல்ல; தர்மராஜன் எல்லா வற்றிலும் ஒழுங்கு. மேசை சுத்தமாக இருக்க வேண்டும். துப்பாக்கிகள் பளபளக்க வேண்டும். பாத்ரூம்கள் துப்புரவாக இருக்க வேண்டும். மிதியடிகள் அடிக்கடி மாற்றப் படவேண்டும். ரெகார்டுகள் நேர்த்தியாக இருக்கவேண்டும். தர்மராஜன் எல்லாவற்றி

லும் ஒருவிதப் பிடிவாதமான சுத்தத்தைக் கடைப்பிடிப்பவர். ஒரு கேஸ் எடுத்தால் அதை லேசில் விடமாட்டார். துப்புரவாக விசாரித்து, துப்புரவாக ரிப்போர்ட் எழுதி...

தர்மராஜன் அப்போது கிரைம் பிராஞ்சில் இருந்து வந்த ஃபைல் ஒன்றைத் தீவிரமாக ஆராய்ந்துகொண்டிருந்தார். புண்ணியகோடி என்பவனைப் பற்றியது அது.

பெயர் புண்ணியகோடி, வயது சுமார் 32, உயரம் 5-40, எடை 160, மாநிறம், சதுர முகம், கரிய சுருண்ட தலை முடி, நேரான நாசி, பெரிய உதடுகள், நடுத்தர உடற்கட்டு, சரளமான குரல், பெரிய கண்கள், காதுகள் சற்று வெளியே படர்ந்து இருக்கும்...

அதுவரை மொத்தம் 36 தெரிந்த குற்றங்கள். கொள்ளை, பலவகைத் திருட்டுகள், ஏமாற்றுதல், கொலை செய்ததாகத் தகவல் இல்லை. திருட்டு முறை மாறுபடும். பல தடவை பயமுறுத்திப் பேசியே சுலபமாகத் திருடியிருக்கிறான். 'என் பெயர் புண்ணியகோடி...' ஒரு முறை தாக்குதலில் மேன்ஸ் லாட்டர். மூன்று முறை அகப்பட்டு இருக்கிறான். மூன்று முறையும் சிறையில் இருந்து தப்பித்து இருக்கிறான். ஐ.க்யூ அதிகம். கெட்டிக்காரன். தமிழ் தெரியும். சிறையில் இருந்து தப்புவதில் சில வசீகர முறைகளைச் செயல்படுத்தியிருக்கிறான். நடக்கும்போது சின்னச் சின்னதாக அடியெடுத்து வைக்கும் பாணி.

எங்கு கண்டாலும் உடனே கைது செய்யலாம். வழக்குகள் நிறைய இருக்கின்றன. மராட்டிய, கர்நாடக மாநிலப் போலீஸூம் இவனைத் தேடுகிறார்கள்.

தர்மராஜன், புண்ணியகோடியின் மூன்று போட்டோக்களைப் பார்த்தார். நேராக, இடது, வலது முகங்கள் சற்றும் தயக்கம் இல்லாமல் கேமராவை நேராக உற்றுப் பார்க்கும் கண்கள்.

மறுபடி அந்த முகத்தைப் பார்த்தார். முகத்தில் குற்றம் ஏதும் தெரியவில்லை. எத்தனையோ விற்பன்னர்கள் முகத்தில் இருந்து ஓர் ஆசாமியின் உள் விகாரங்களைத் தெரிந்துகொள்ள முடியும் என்று சொல்வதெல்லாம் பொய் என்று நிரூபிக்கும் சஞ்சலம் இல்லாத முகம். புண்ணியகோடி! நீ எங்கு இருக்கிறாய்?

ஹெட் கான்ஸ்டபிளைக் கூப்பிட்டார்.

‘இதப் பாருங்க கந்தசாமி’ என்றார். அவர் மரியாதையுடன் அருகில் நின்று எட்டிப் பார்த்து, ‘புண்ணியகோடி! தெரியும் சார். எத்தனை ஜில்லா ஜில்லாவா தேடிட்டு இருக்காங்க! எமகாதகன் சார். எட்டு தடவை ஜெயிலில் இருந்து தப்பிச்சிருக்கான் சார்!’

‘எட்டு இல்லைங்க. மூணு! சரியாச் சொல்லுங்க. போலீஸ் டிபார்ட்மெண்ட்டே அவனைப் பற்றி கட்டுக் கதையை கிளப்பி விட்டால் எப்படி!’

‘புடிச்சா இரண்டாயிரம் ரூபா சார்! ஆப்பிடமாட்டேங்கிறானே! மெஸேஜ் ஏதாவது வந்திருக்கா சார், மெட்ராஸ்ல இருக்கான் னுட்டு!’

‘இல்லை. ஐ.ஜி. பொதுப்படையா ஒரு லெட்டர் எழுதியிருக் காரு. தீவிரமா முயற்சி எடுத்து அவனைப் பிடிக்கணும்; ரொம்ப நாளா கேஸ் பெண்டிங்குனு...’

‘சமீபத்தில் அவன் எதுவும் வேலை செஞ்சதாத் தகவல் இல்லீங்க!’

‘நீங்க அவனைப் பாத்திருக்கீங்களா?’

‘ஒரு முறை புரசைவாக்கத்தில் இருந்தப்ப ரிமாண்டுக்குக் கொண்டுவந்தாங்க. ‘பத்திரமாப் பார்த்துக்க கந்தசாமி, ஜெயிலை உடைக்கிறதில் சூரன்’னு சர்க்கிள் ஸ்பெஷலா சொல்லிட்டுப் போனார். உறங்காமல் பார்த்துக்கிட்டு இருந்தேன். அதிகமாப் பேசலை. சின்னப் பையன். பேர் என்னன்னு கேட்டேன். ‘புண்ணியகோடி’ன்னு சிரிச்சுக்கிட்டே சொன்னான். திருடற போதுகூட அடிக்கடி என் பேர் புண்ணியகோடின்னு சொன்னதா சாட்சி இருக்குங்க! கத்தியைக் காட்டி மிரட்டுவான். மீறினால் கீறிப்பிடுவான். அப்படி ஒண்ணும் வஸ்தாதுன்னுகூடச் சொல்ல முடியாதுங்க. மெலிசா இருக்கும் குரல். பீடி கீடி என்று சேர்க்க மாட்டான். லேசாச் சிரிச்சுக்கிட்டே ஓரத்தில் முழங்காலைக் கட்டிக்கிட்டு உக்காந்திருந்தான். என் காவல்ல அவன் தப்பிச்ச தில்லைங்க. சென்ட்ரல் ஜெயிலில் இருந்து தப்பிச்சுருக்கான்னா அவன் என்ன சாமர்த்தியக்காரனா இருக்கணும்.’

சர்க்கிள் இன்ஸ்பெக்டர் அந்த போட்டோவைப் பார்த்துக் கொண்டே பேசினார். ‘கந்தசாமி, ஒண்ணு செய்யுங்க! இந்த

போட்டோ அஞ்சாறு காப்பி எடுத்துத் தரேன். கான்ஸ்டபிள்ங்க கிட்ட கொடுத்து வட்டாரத்தில் விசாரிக்கச் சொல்லுங்க. பஸ் ஸ்டாண்டில், சினிமாக் கொட்டகையில், ஓட்டல்களில், அப்புறம் புதுசு புதுசாக் கட்டடங்கள் கட்டறாங்க இல்லே. அங்க வெளியூர் ஆளுங்க நிறைய வேலைக்கு வந்திருப்பாங்க!'

'இவன் கூலி வேலை செஞ்சுக்கிட்டிருப்பான்னா சொல்றீங்க! இருக்காதுங்க! வேற மாநிலத்துக்குப் பறந்து போயிருப்பான்.'

'பார்க்கலாமே! எனக்கென்னவோ இவன் ஏதாவது ஒரு தொழில் தெரிஞ்ச ஆசாமியா இருப்பான்னு தோணுது. ஜெயில்ல இருந்து அவ்வளவு காலத்தில் தச்சு அல்லது இரும்பு வேலை ஏதாவது தெரிஞ்சிருக்கலாம்.'

ரிப்போர்ட்டை மறுபடி படித்தார். 'சிறையில் இருக்கும்போது தச்சுத் தொழிலும் நெசவும் கற்றுக்கொண்டான்.'

'இந்த முறை தீவிரமா முயற்சி செய்து பார்த்துறலாம் கந்தசாமி, என்ன?'

'எனக்கு என்னவோ நம்பிக்கை இல்லை சார்.'

'இரண்டாயிரம் ரூபா கிடைக்கும் உங்களுக்கு!'

'அதனால்தான் சொல்றேன். எனக்கு அந்த மாதிரி ஒரு காசு இதுவரை வந்ததில்லை!'

கான்ஸ்டபிள் சென்றதும் அவர் அந்த ரிப்போர்ட்டை மடித்து வைத்துவிட்டு சற்று யோசித்தார். கான்ஸ்டபிள்கள் கூடாது. நானே இதைத் தீவிரமாக எடுத்துக்கொண்டு விசாரிக்க வேண்டும். ஐந்து ஆண்டாகத் தலைமறைந்து இருக்கும் ஒரு பேர் போன புள்ளி... போலீஸ் வலையில் இருந்து மூன்றுமுறை தப்பித்தவன். ஆயிரக்கணக்கில் திருடியவன்... ஓர் ஆசாமி இறப்பதற்குக் காரணம் ஆனவன். வெளியே இன்னும் உலவு கிறான்... எத்தனை போலீஸ் அதிகாரிகள், சாதனங்கள், வாகனங் கள், கம்ப்யூட்டர் இருந்து என்ன பிரயோசனம்?

அவன்மேல் வெறுப்பு அதிகரித்தது. இந்த இயக்கத்தையே எள்ளி நகையாடுவதைப் போல இருந்தது. அவன் பார்வையில் இருந்த நேர்மை... முதலில் இந்த போட்டோவுக்குப் பிரதி எடுக்கலாம். கட்டடங்கள் கட்டப்படும் இடங்களில் விசாரிக்கலாம்.

டிபார்ட்மெண்ட்டுக்குச் சென்று இவனைப் பற்றிய ரெகார்டு களைப் பார்க்கலாம். இவன் சரித்திரத்தையே விரித்து வைத்திருப் பார்கள்... முழு முயற்சியாக இதைக் கவனிக்கலாம்.

அவருக்கு இந்த மாதிரி சமயங்களில் பாடுபட்டு மூளைக்கு வேலை தரக்கூடிய செயல்களில் ஈடுபடுவது தேவையாக இருந்தது. மனைவி இறந்துபோனபின் அவர் வாழ்வில் ஏற்பட்ட வெறுமையை சமாளிக்க.

3

மாலை ஐந்து மணிக்கு வேலை முடிந்தது.

காங்கிரீட் மிக்சர்களின் சுழற்சி நின்றுபோய் தாற்காலிகமான செங்கல் கட்டடத்துக்குள் மிச்சம் இருந்த சிமெண்டை பத்திரப்படுத்திப் பூட்டிவிட்டு, சிதறியிருந்த ஜல்லியை எல்லாம் பொறுப்பாகத் திரட்டி மறுநாள் உபயோகத்துக்கு ஒதுக்கிவிட்டு கதவைப் பூட்டிக்கொண்டு நாராயணன் புறப்பட்டான்.

கூலிக்காரர்கள் எல்லோரும் உற்சாகமாக இருந்தார்கள். அந்த வாரச் சம்பள தினம் அது. வெளியில் மேஜை போட்டு மேஸ்திரி உட்கார்ந்திருக்க, வரிசையாக விரல் நாட்டி கூலிக் காசு பெற்றுக்கொண்டு நடந்தார்கள்.

அந்த வரிசையின் கடைசியில்போய் நாராயணன் நின்றான்.

இரண்டு ஆட்கள்முன் திலகம் நின்றுகொண்டிருந்தாள். திரும்பிப் பார்த்து, 'சம்பளம் வாங்கிக்க வந்தியா' என்று சிரித்தாள். அவள்

சும்மாடு இன்னும் தலையில் இருக்க, முதுகு பூரா தெரிந்தது. புள்ளி புள்ளியாக எளிய சேலை. அதற்குப் பொருத்தம் இல்லாத மஞ்சள் ரவிக்கை. எப்படி இருந்தால் என்ன, அந்த முதுகில் அவனுக்கென்று பிரத்தியேகமாக ஒரு வசீகரம் இருந்தது. அத்தனை கறுப்பு இல்லை. இவள் ஒருவிதமான காப்பி நிறம். கொஞ்சங்கூட அனாவசியப் பிடிப்பு இல்லாத உடல். மெலிசு என்றோ குண்டு என்றோ சொல்ல முடியாத நடுத்தரம்.

'நீ கொடுத்த கேக்கை அப்பவே தின்னுட்டேன்' என்றாள். வரிசை நகர சட்டென்று திரும்பி, 'எதுக்கு வாங்கி வந்தே' என்றாள்.

'நீதானே கேட்டே?' என்றான். மறுபடி திரும்பிக்கொண்டாள்.

மற்றவர்கள் ரிஜிஸ்தரில் விரல் ரேகை வைக்க அவள் மட்டும் கையெழுத்திடுவதைப் பார்த்தான்.

பணத்தை வாங்கி மார்பில் மறைத்துக்கொள்வதைப் பார்த்தான். தனக்காக அவள் நிற்பதைப் பார்த்தான்.

'நீ கையெழுத்து போடறதுக்குள்ள பொழுது போய்டும். கை நாட்டு போடுய்யா.' விரல் பதிந்துவிட்டு முப்பத்தாறு சில்லறையை வாங்கிக்கொண்டு புறப்பட்ட அவனும் அவளுடன் நடந்தான்.

'உங்க வீடு எங்கே?' என்றாள்.

'மைலாப்பூர்.'

'ரொம்பத் தொலைவுல்ல?'

'ஆமாம், நீ எங்கே இருக்கே?'

'அரும்பாக்கம். அதுகூடத் தொலைவுதான். ஆனால் நடந்தே போய்டுவேன்! உங்க அப்பா அம்மா எல்லாம் இருக்காங்களா?'

'இல்லே, தனியா ரூம் எடுத்துட்டு இருக்கேன். நீ?'

'நான்கூடத் தனியா குடிசைல இருக்கேன். நான், ஒரு ரேடியோ... அவ்ளதான்!' என்று சிரித்தாள். ஒரு துணிப்பையில் இருந்து சிறிய டிரான்சிஸ்டர் எடுத்துக் காட்டினாள்.

'நீ படிச்சிருக்கியா?'

'ஆமாம். ஒம்பதாங்கிளாஸ்! எப்படித் தெரியும்.'

'கையெழுத்து போடறப்ப பார்த்தேன்.' அவள் கையெழுத்து சீராக இருந்தது நினைவுக்கு வந்தது.

'தமிழ்ப் புத்தகம் எல்லாம் படிப்பேன். நீ?'

'நானும்தான்!'

பஸ் ஸ்டாண்டுக்கு வந்தார்கள். 'நான் எதிர்த்த பக்கம் போகணும்' என்றான்.

'நானும் உன்கூட வரட்டுமா' என்றாள்.

சற்று திகைத்து 'எதுக்கு?' என்றான்.

'ரிஷிமூலம் பார்க்கணும், சினிமா போவையா நீ?'

'இல்லை, போறதில்லை.'

சினிமா கொட்டகையில்தான் முதலில் மாட்டிக்கொண்டான்.

'என்னோட சினிமாவுக்கு வரியா?' என்றாள். சாதாரணமான வார்த்தைகள். அர்த்தமோ உள் நோக்கமோ இல்லாது ஒட்டி மட்டும் தொனித்த வார்த்தைகள்.

'போனால் என்ன?' என்று தோன்றியது. என்னை யார் அடையாளம் கண்டுபிடிப்பார்கள்? ஐந்து வருஷமாயிற்று. என் கேஸை மறந்து போயிருப்பார்கள். எல்லாவற்றையும் மூடியிருப்பார்கள். அந்தக் காகிதங்கள், அந்த போட்டோக்கள், அடையாளங்கள் எல்லாம் எங்கோ உறங்கிக்கொண்டிருக்கும்.'

'வர்றேன்' என்றான்.

பஸ் வந்தது. பெண்கள் இருக்கையில் அவள் உட்கார, அவன் அருகே நின்றான். அத்தனை பெண்களில் அவள் பிரத்யேகமாகத் தெரிந்தாள். கழுத்தில் ஒரே ஒரு மெல்லிய சங்கிலி. காதுகளில் ஏதோ நாலணா சமாசாரம். காற்றில் ஆடும் தலைமுடி. முன் இருக்கையின் கம்பி வளைவைப் பிடித்திருந்த கைவிரல்களில் உழைப்பின் அழுக்கு.

நகரத்தில் இருப்பவர்கள் அத்தனை பேரும் அன்று சினிமா பார்க்கத் தீர்மானித்திருந்ததுபோல மவுண்ட் ரோடு பகுதியில்

என்றாவது ஒரு நாள் ♦ 29

கூட்டம் பொங்கி வழிந்தது. தியேட்டர் வாசலில் அவுஸ்ஃபுல் போர்டு போட்டு இரவுக் காட்சிக்கு இப்போதே நெருக்கிப் பசை போட்டு ஒட்டவைத்ததுபோல நின்றார்கள்.

திலகத்துக்கு ஏமாற்றத்தில் முகம் வாடிவிட்டது. 'ரொம்ப ஆசையா இருந்தேன்யா' என்றாள். 'திருட்டு டிக்கெட்டு ஏதாவது கிடைக்குமா பாரேன்' என்றாள்.

ஓரத்தில் ஒருவன் நின்று இந்தப் பக்கம் அந்தப் பக்கம் விழித்து விட்டு 'நாலு ரூபா டிக்கெட் வேணுமா?' என்றான்.

'எவ்வளவு?'

'எட்டு.'

'வேண்டாம்பா!' என்றாள்.' எட்டு ரூபா ரொம்ப அதிகம்.'

அந்த நிழலான ஆசாமி சட்டென்று சந்துப்பக்கம் மறைந்தான் - போலீஸ் தொப்பி தெரிந்தது.

அந்த போலீஸ்காரர் நேராகத் தன்னை நோக்கி வர, நாராயணன் சற்று நேரம் ஸ்தம்பித்துப்போய் சில்லென்று உணர்ந்தான். ஓடாதே! ஓடக்கூடாது.

போலீஸ்காரர், 'ஏன்யா! ப்ளாக்கில் டிக்கெட் வாங்கறீங்க! இப்ப டிக்கெட் கிடைக்கலைன்னா அட்வான்ஸ் புக்கிங் செய்துட்டுப் போங்க, மறுபடி வந்து பாருங்க! இந்தமாதிரி ஆளுங்களிடம் சொளையா எட்டும் பத்தும் கொடுத்து வாங்கறதனால நீங்களும் இதை ஆதரிக்கிற மாதிரி ஆவுதில்லை? பேசாம வீட்டுப் பக்கம் போய்ச் சேருங்க!'

'வா திலகம்!' என்றான்.

இருவரும் தியேட்டரை விட்டு விலக, 'நாம் வாங்கினா இவருக்கு என்னவாம்!' என்றாள்.

மௌனமாக நடந்தான்.

இப்போதெல்லாம் எட்டு ரூபாயா? எல்லாமே விலைவாசி அதிகமாகிவிட்டது. அவன் திருட்டு டிக்கெட் விற்ற காலத்தில் இத்தனை அதிகம் போகாது. பால்கனியே இரண்டு ரூபாய்தானே, அப்போ? மூணு மூன்றரைக்கு விற்பான். இதே மவுண்ட்ரோடில்

பாலம் தாண்டி சித்ராவில் ஒரு புத்தகத்தையே விற்றது ஞாபகம் வந்தது. எம்.ஜி.ஆர். புதுப்படம். டிக்கெட் தியேட்டரில் வாங்கியதல்ல. அச்சடித்த டிக்கெட். மொத்தப் புத்தகத்துக்கே பத்து ரூபாய்தான் ஆயிற்று. தியேட்டர்காரர்களின் அவசரத்தைப் பயன்படுத்தவேண்டும். இரட்டை இரட்டையாக மூன்று ரூபாய்க்கு விற்கவேண்டும். கண்கள் சிவப்புத் தொப்பிக்கு அலைந்துகொண்டே இருக்கவேண்டும். தியேட்டருக்கு அருகில் இருக்கக்கூடாது. தூரத்திலும் இருக்கக்கூடாது. பஸ்விட்டு இறங்கி பையில் கையை அழுத்திக்கொண்டு ஓட்டமும் நடையுமாக வருகிறவர்களிடம் 'அவுஸ்ஃபுல்லுங்க. ரெண்டு டிக்கெட் இருக்குது. வேணுமா?'

அந்த இடத்தில் மிகக் குறைந்த நேரத்தில் முப்பது டிக்கெட் விற்றுவிட்டான். தியேட்டரில் இன்னும் அனுமதிக்க ஆரம்பிக்கவில்லை. ஆரம்பித்தவுடன் ஓட்டம் எடுக்கவேண்டும். மிகவும் சிக்கலான வியாபாரம். ஆனால், அதில் அவனுக்கு ரத்தத்தில் உற்சாகம் ஏற்பட்டு ஓட்டம் என்றால் அப்படி ஓடுவான்! சிந்தாதிரிப்பேட்டையின் அத்தனை சந்துகளும் அத்துப்படி அல்லவா!

'என்னய்யா யோசிக்கறே?'

'இப்ப நீ வீட்டுக்குத் திரும்ப தனியாப் போவியா?'

'தனியா இருக்கேன், தனியாப் போறதுக்கு என்ன? ஆனால் நான் இப்பத் திரும்பிப் போறதா இல்லை.'

'பின்ன?'

'உன்கூட உன் வீட்டுக்கு வரப்போறேன்.'

'எதுக்கு?'

'பார்க்க! நான் மைலாப்பூர் பக்கமே வந்ததில்ல.'

'வீடு இல்ல, சின்ன ரூம்.'

'ரூம்தான் இருக்கட்டுமே! பார்க்கக்கூடாதா?'

'ரூம்ல ஒண்ணுமில்லை.'

'குடிக்க ஒரு தம்ளர் தண்ணி கிடைக்குமில்ல?'

'தாராளமா.'

'என் குடிசையைவிட நல்லா இருக்குமில்ல?'

'இதும் ஒரு குடிசை மாதிரிதான்! சின்ன ரூமு. ஆஸ்பெஸ்டாஸ் கூரை!'

'பார்த்துரலாமே! நானும் உன்கூட வர்றதில் உனக்கு ஏதும் தப்புன்னு பட்டுச்சுன்னா சொல்லிடுய்யா!'

'அதெல்லாம் இல்லை.'

'உன் பேரக் கேட்டு வெச்சுக்கவே இல்லையே!'

'நாராயணன்!'

'சாமி பேரு!' என்று கன்னத்தில் தொட்டுக்கொண்டாள். 'நீ என்ன சாதி?'

'தெரியாது.'

'சொந்த ஊர் எது?'

'இந்த ஊர்தான்.'

ஜாக்கிரதை, ரொம்பக் கேள்வி கேட்கிறாள்... அந்த ஆள் நெரிசலில், அடிக்கடி அவன் மெல்ல அவள்மீது பட்டது தற்செயலான விஷயமாக இருந்தாலும், நாராயணனுக்கு உற்சாகமாக இருந்தது.

தன் அறையை மானசீகமாகப் பார்த்தான். துணிகள் எல்லாம் தாறுமாறாகத் தொங்க, கீழே எல்லாம் பத்திரிகைகள் இறைந்திருக்க, சோப்புப் பெட்டி திறந்திருக்க, சேச்சே! ஒரு நிமிடம் முன்னால்போய் ஒழுங்குபடுத்தவேண்டும். யோசித்துப் பார்த்தால், அந்த அறைக்கு வரப்போகும் முதல் விருந்தாளி, அவள். முதலில் 'பத்மா'வுக்கு அழைத்துச் சென்று ஃபேமிலி ரூமில் காப்பி பலகாரம் வாங்கிக் கொடுக்கவேண்டும்.

ஏற்கெனவே ஃபேமிலி ரூமில் ஒரு குடும்பம் இருந்தது சற்று ஏமாற்றமாக இருந்தது. தனியாக அவளிடம் பேசலாம் என்று எதிர்பார்த்திருந்தான்.

அவள் நன்றாக கம்பீரமாக உட்கார்ந்துகொண்டு சாம்பாரை இட்லியின் தலையில் கொட்டிப் பிசைந்து, வடையைப் புட்டுப் புட்டு வைத்துக்கொண்டு சோறுபோல் குழைத்துக் குழைத்து நிமிஷமாகச் சாப்பிட்டுவிட்டாள். தண்ணீரை ஒரே மடக்கில் குடித்துவிட்டு, காப்பியை தூக்கிக் குடித்துவிட்டு, 'அப்பா! பசி யாறிச்சுய்யா' என்றாள். இவன் அவளையே பார்த்துக் கொண்டு இருந்ததால் 'என்னது! சாப்பிடாம வெச்சுக்கிட்டிருக்கியே!'

'நீ சாப்பிடறதைப் பார்த்துக்கிட்டு இருந்தேன்.'

'கேலி பண்ற, பாத்தியா?'

'இல்லை. நீ சாப்பிட்டது அழகாத்தான் இருக்கு. அப்படித்தான் சாப்பிடணும்!'

'பில்லு நீயா, நானா?'

'நான்தான்! எங்க பேட்டைக்குத்தானே நீ வந்திருக்கே!'

'அரும்பாக்கத்தில் இந்தமாதிரி ஓட்டல்கூடக் கிடையாது. நீ மட்டன் தின்னுவியா?'

'ம்!'

'நல்ல மட்டன் குழம்பு வெக்கிற மிலிட்ரி ஓட்டல் ஒண்ணு இருக்கு. அங்க கூட்டிப் போறேன்!'

அறைக்குச் சற்று அவசரமாக ஓடி அவள் நுழைவதற்குள் ஒழுங்குபடுத்த முற்பட்டான். அவள் உள்ளே வந்து அவனுடன் இயல்பாக சேர்ந்துகொண்டு கீழே கிடந்த காகிதங்களை அடுக்கி வைத்தாள். குனிந்தபோது அவள் மார்பு ஏறக்குறைய முழுவதும் தெரிய, அவன் சற்றுத் தடுமாறினான்.

'பார்த்துக்க ஒரு ஆள் இல்லின்னா ஆம்பளைங்க ளூம் இப்படித் தான் இருக்கும் போலிருக்கு. நீ விடுய்யா, நான் எடுத்து வெக்கறேன்' என்று அவன் கைக்காகிதங்களைப் பிடுங்கினாள். அவசரமாகச் சென்று அவன் தன் உள்ளுடைகளை மடக்கி வைத்தான்.

சில நிமிடத்தில் அறையைச் சுத்தம் செய்துவிட்டாள். 'இப்ப எப்படி இருக்கு?' என்றாள்.

‘ஒரு பெண்ணோட கை பட்டா எல்லாமே பளிச்சுனு ஆய்டும்னு தோணுது.’

‘உனக்குக் கல்யாணம் ஆயிருச்சா?’

‘இல்லை. உனக்கு?’

‘ஊகூம். காத்துக்கிட்டிருக்கேன். உன்னை ஒண்ணு கேட்கட்டுமா?’

‘என்ன?’

‘ஏன் தாடி வெச்சிருக்க? ஏதாவது வேண்டுதலையா? விரதமா?’

‘அதெல்லாம் இல்லை.’

‘பின்ன எடுத்துடேன்.’

‘எடுக்கமாட்டேன்.’

‘ஏதாவது காரணம் இருக்கணுமே?’

‘காரணம் இருக்கிறது. ஆனால், உன்னிடம் அதைச் சொல்ல மாட்டேன்’ என்பதைச் சிரிப்பில் மழுப்பினான்.

ஜாக்கிரதை! இவள் ரொம்ப அருகில் வருகிறாள். பட்டும் படாமலும் இருக்கவேண்டும். என்றாவது யாரிடமாவது சொல்லி விடப் போகிறோம் என்ற பயம் அவனுக்கு எப்போதும் உண்டு. தூக்கத்தில் உளறிவிடலாம் என்று எப்போதும் தனியே தூங்கி யிருக்கிறான். குடிப்பழக்கம் ஏற்பட்டால் அப்போது உளறி விடலாம் என்று சந்தர்ப்பம் கிடைத்தும் குடித்ததே இல்லை.

இப்போது இந்தப் பெண்... ஒரு வேளை என்னைப் பற்றிச் சந்தேகிக்கிறாளோ? எதற்கு இப்படித் துருவிக் கேட்கிறாள்? புரியவில்லை. எதற்கும் இவளிடம் அதிகம் வாயை விடாமல் இருக்கவேண்டும், எச்சரிக்கை.

‘நீ வீட்டுக்குத் திரும்பிப் போகணுமில்ல? நேரமாயிடும், அப்புறம் பஸ் கிடைக்காது.’

‘விரட்டிறியே, என்கிட்ட பயமா?’

‘இல்லை.’

'நான் தனியாளு, பொம்பளை! உன்னை என்ன செய்துட முடியும்.'

'அதுக்கில்லை.'

'இல்லை, சுத்துப்பட்டவங்க உன் ரூமுக்கு ஒரு பொம்பளை வந்தா ஏதானும் ஏறுமாறாப் பேசுவாங்களா?'

'சுத்துப்பட்டவங்க யாருன்னே தெரியாது எனக்கு.'

'அப்ப நான் கேக்கவேண்டியதைப் பளிச்சுனு கேட்டுக்கிறேன்.'

'என்ன?'

'நான் உன்னோட தங்கலாமாய்யா?'

இந்த கேள்வியின் எதிர்பாராத தன்மை அவனைத் தாக்கியது. இந்தக் கோணத்தில் அவன் நினைத்துப் பார்க்கக்கூட இல்லை. வாழ்நாள் முழுவதும் தனியாக இருந்தவனுக்கு, தனியாகத் திருடி, தனியாக ஜெயிலுக்குப் போய், தனியாகத் தப்பித்து, தனியாகத் தலைமறைந்து வாழ்கிறவனுக்கு ஒரு புதுப் பிணைப்பா! ஒரு புதிய சொந்தமா?

'வேண்டாம்.'

'ஏன் வேண்டாம்?'

'எதுக்கு' என்றான்.

'இதப் பாருய்யா, நான் தனிக்கட்டை! நீயும் தனிக்கட்டை. ஆனால் நான் பொம்பளை. ஒரு பொம்பளை தனியா இருக்கிறது எத்தனை சிரமம்னு உனக்குத் தெரிஞ்சிருக்கும். அரும்பாக்கத்தில் நான் இருக்கிற குடிசையை வந்து பாரு. அந்த பேட்டைய வந்து பாரு. ராத்திரியானா எத்தனை ஆளுங்க பட்டை சாராயம் அடிச்சிட்டு வந்து தொத்தக் கதவைத் தட்டறாங்கன்னு வந்து பாரு! ஒரு பொம்பளை தனியா இருக்கான்னா உடனே கூட ரெண்டு மூணு விசயங்களையும் சேத்துக்கிடறாங்க. கூப்பிட்ட குரலுக்கு வந்துருவா. அஞ்சு ரூபா, பத்து ரூபா கொடுத்தா அத்தனையும் கழட்டிருவான்னு எதிர்பார்க்கறாங்க. அதுக் காகன்னு ஒரு கிழவியைச் சோறு போட்டுக் கூட வெச்சுக்கிட் டிருந்தேன். அது ஒரே திருடு! தினம் காசு திருடும். அதே குடிக்கும்!

என்றாவது ஒரு நாள் ♦ 35

துரத்தி விட்டுட்டேன். பதினஞ்சு நாளா தனியாத்தான் இருந்து பார்த்தேன். சமாளிக்க முடியல. யோவ்! எனக்கு ஒரு ஆண் பிள்ளை துணை வேணும்யா! வேறு ஒண்ணும் வித்தியாசமா நினைச்சுக்காதே! நான் உனக்கு சோறாக்கிப் போடறேன். ஒரு ஸ்டவ், ரெண்டு அலுமினியப் பாத்திரம் வாங்கியா! இந்த இடம் போதும். வெளியில் மொட்டை மாடியில் படுக்கறேன். எனக்கும் கூலி வருது; உனக்கும் கூலி வருது. இருக்கிற காசு போதும். ஒண்ணு ரெண்டு சினிமாக்கூடப் பார்க்கலாம். என்னை ஏத்துக்கய்யா! எனக்கு யாருமில்லை. நான் அனாதைய்யா!'

அவள் கண்களில் கண்ணீர் தெரிந்து, மெலிதாகக் கன்னத்தில் வழிந்தது.

'அழாதே! எதுக்காக அழறே?'

'இல்லே. நீயாவது அங்க வந்து என்கூட இருந்துரு. சின்னக் குடிசைதான். ஆனால், துப்புரவா சுத்தமா வெச்சிருக்கேன். பக்கத்திலயே தெரு விளக்கு இருக்குது.'

'திலகம். எப்படி என்னை நம்பறே? என்னைப் பற்றித் தெரியுமா, உனக்கு?'

'தெரியும்.'

'என்னது?'

'ஒரு ஆள் எப்படிப்பட்டவன்னு முகத்தைப் பார்த்தாலே தெரிஞ்சுரும், எனக்கு.'

'நான் எப்படிப்பட்டவன்னு சொல்றே?'

'சாது! கண்ணிலயே தெரியுது. தப்புத் தண்டாவுக்குப் போக மாட்டே! உன் காரியம் உண்டு, நீ உண்டுன்னு இருப்பே! பொம்பளைங்ககிட்ட மரியாதையா நடந்துப்ப! பேச்சுல ஒரு பரிவு இருக்குது. எனக்கு உன்மேல முழுசா நம்பிக்கை ஏற்பட்டுடுச்சுய்யா! அதான் இப்படி தைரியமாக் கேட்டுட்டேன்!'

மனத்துக்குள் சிரிப்பு வந்தது. கண்ணில் தெரிகிறதாம். முதலாளி கூட அதைத்தான் சொன்னார்! என் வேஷம் முழுசாகி, என் திரை பூராவும் விழுந்துவிட்டது.

புண்ணியகோடி புதைந்துவிட்டான்.

'மெய்யாத்தான்யா சொல்றேன். உன்மாதிரி நாலு சனங்க இருக்கிறதினால்தான் மழை பெஞ்சுக்கிட்டிருக்கு.'

பெண்ணே! புண்ணியகோடியைத் தெரியுமா உனக்கு! அடித்த கொள்ளைகள்; கடித்த கைகள், கீறிய கத்திகள், மீறிய சிறைகள் எத்தனை உள்ளன! அவையெல்லாம் அவனுள் மறைந்திருக்கின்ற விஷயம். உனக்கு எப்படித் தெரியும்? என்னால் மழை பெய்யுதாமே!

'என்ன சிரிக்கிறீங்க.'

'என்மேல இவ்வளவு நம்பிக்கை வைச்சிருக்கியே, அதை நினைச்சுத்தான்.'

'நான் யாரையும் சுலபமா நம்பமாட்டேன்யா!'

'வா, வெளியே போகலாம்.'

'நீ எனக்கு இன்னும் பதில் சொல்லலியே?'

'சொல்றேன், வா!'

மெல்ல நடந்தார்கள்.

குளக்கரையில் கடைகளை வேடிக்கை பார்த்துக்கொண்டே லஸ் பக்கம் திரும்பினார்கள். பாலத்தைக் கடந்து, பகட்டான ஒளி வெள்ளத்தில் கடை கடையாக நிறைந்திருக்கும் துணி வகைகளை வேடிக்கை பார்த்தார்கள்.

அவளுக்கு ஒரு சேலை வாங்கித் தரலாமா என்று யோசித்தான். இருப்பது முப்பது ரூபாய். விலைச்சீட்டுக்கள் 'முடியாது' என்றன.

அவன்மேல் எந்தச் சந்தர்ப்பத்திலும் படாமல்தான் நடந்து வந்தாள். அதனாலேயே அவள் பேரில் ஓர் இச்சை ஏற்பட்டது!

துணை. ஆண்பிள்ளைத் துணை. எப்படிப்பட்ட துணையைக் கேட்கிறாள் இவள். சமூகத்துக்கா, சந்தோஷத்துக்கா?

சாலையைக் கடந்து பிளாட்பாரம் பிள்ளையாரிடம் விபூதி பெற்றுக்கொண்டாள். மல்லிகைச்சரம் வாங்கித் தலையில் செருகிக் கொண்டாள். காமதேனுவில் நடைபெறும் சினிமா

'பார்த்தாகி விட்டது' என்றாள். பிச்சைக்காரர்களுக்குக் காசு போட்டாள்.

இந்தக் கூட்டமான இடத்தில் எல்லாம் அவன் சாதாரணமாக அலைய மாட்டான். ஒருநாள் சாப்பிட்ட ஓட்டலில் மறுநாள் சாப்பிட மாட்டான். இடம் மாற்றிக்கொண்டே இருப்பான். அறைக்கு எவரையும் வர விட்டது இல்லை. ஸ்திரமாக எதுவும் இல்லை. எந்த நிமிஷமும் போலீஸ் தட்டலை கதவில் எதிர் பார்த்த முதல் ஆண்டு. அப்புறம் கொஞ்சம் சுதாரித்த ஆண்டுகள். இருந்தும் எப்போதும் ஒருவித எச்சரிக்கை நிலை.

இன்று அவை அத்தனையும் கைவிட்டு கூட்டத்தில் புழங்கு கிறான். காரணம், அவள்தான்.

'என்ன, யோசிச்சியா? தீர்மானிச்சியா?'

'தீர்மானிச்சுட்டேன்.'

'என்ன?'

'சரி!' என்றான், சுருக்கமாக.

முதல் தடவையாக அவன் கையைப்பற்றிச் சின்னதாக அழுத்தி னாள். 'பிள்ளையார்கிட்ட வேண்டிக்கிட்டது உடனே பலன் கிடைச்சுருச்சு' என்றாள். 'வாய்யா ஓட்டலுக்குப் போய் சாப்பிடலாம். இன்னிக்கு என் செலவு!'

'நாளைக்கே வந்துரு!' என்றான்.

'மாத்திக்கத் துணியில்லை. இல்லைனா இன்னிக்கே வந்திடு வேன்' என்றாள். 'ஒண்ணு செய்யறேன். படுத்திருந்துட்டு விடியக்காலைல கிளம்பிடறேனே.'

'படுக்கை ஏதும் இல்லை.'

'தரைல படுக்கறேன். உனக்கென்ன ஆச்சு?'

இருட்டில் முழங்கையைத் தலையணையாக வைத்து ஓரத்தில் படுத்திருந்த அவள் வடிவம் தெரிந்தது.

தோளின் சரிவும், இடுப்பு சரேல் என்று குறுகி உடனே வளைந்து நிறைந்து இருப்பதும், அவள் மார்பும் வயிறும் சீராக அசைவதும் சன்னல் வழியாகத் தெரிந்த விளக்கு வெளிச்சத்தில் தெரிந்தன.

எத்தனை நாளாகிவிட்டது, ஒரு பெண்ணைத் தொட்டு.

'உம் பேர் என்ன?'

'என் பேரைக் கேக்கறதுக்கா ரூபா கொடுத்து இங்க வந்தே?'

'தமிழ் பேசறியே!'

'நான் தமிழ் ஆளுதான். இங்க வந்து மராட்டி, குஜராத்தி எல்லாம் கத்துக்கிட்டேன். உன் பேர் என்ன?'

'புண்ணியகோடி! ஏன் சிரிக்கிறே.'

'பேரு நல்லாருக்கு.'

'சிரிச்சது போதும்!'

'இருப்பா! சிரிப்புத் தாங்கலை, எனக்கு!'

'இப்ப சிரிப்பை நிறுத்தப்போறியா இல்லியா!'

'நிறுத்தமாட்டேன்!'

'நிறுத்தமாட்டே? நிறுத்தமாட்டே?'

'அய்யோ!'

தோளில் ஒரு சின்ன கத்திக்கீறல்! 'ஞாபகம் வெச்சுக்க!'

அவள் கைப்பையில் இருந்து அத்தனை பணத்தையும் பிடுங்கிக் கொண்டு விரைந்தது ஞாபகம் இருந்தது.

பெண்கள்! புண்ணியகோடியின் பெண்கள்! இவள் நாராயணனுக்கு கிடைத்தவள். இவள் வேறு, இவன் வேறு!

'தூங்கிட்டியா?' என்றாள்.

'இல்லை.'

'ஏதாவது பேசேன்.'

'என்ன பேச?'

'உன்னைப்பத்திச் சொல்லேன்.'

என்றாவது ஒரு நாள் ♦ 39

'என்ன சொல்ல?'

'அம்மா பேரு, அப்பா பேரு.'

'தெரியாது.'

'தெரியாதா?'

'சின்னப் பிள்ளைல அம்மா செத்துட்டாங்க. அப்பா என்னை பஸ் ஸ்டாண்டில் விட்டுட்டு ஓடிட்டாங்க!'

'அடப்பாவி! அப்புறம் என்ன செஞ்சே?'

'என்னவோ செஞ்சேன். பிச்சை எடுத்தேன். வீட்டு வேலை செஞ்சேன். எடுபிடி வேலை செஞ்சேன். எவ்வளவோ செஞ்சேன்!'

'எங்கப்பா சாராயம் குடிச்சு செத்துட்டாரு. அம்மா வேற ஒருத்தனோட இருக்கா. எனக்கு அவ செத்துட்டா. நான் தனியா வந்துட்டேன்.'

அவள் பேசிக்கொண்டே செல்வது மனத்தில் பதியாமல் அவனுக்குக் கண்கள் செருகின.

பஸ் ஸ்டாண்டு, பழக்கடை, எடை பார்க்கும் மெஷின், பலகாரக் கடை. 'இங்கேயே இரு என்ன?' 'அப்பா... அப்பா' என்று அழுதுகொண்டே தேடியது. பசி... இனம் காண முடியாது அழுந்த மனத்தில் பதிந்துகொண்ட பயம். அந்தத் துரோகம் அவன் உள்ளே ஏற்படுத்திய மனச்சேதம்.

4

சர்க்கிள் இன்ஸ்பெக்டர் தர்மலிங்கம் கிரைம் பிராஞ்ச் ரெகார்ட் செக்ஷனில் இருந்து வெளிப்பட்டு சன்னல் அருகில் இருந்த மேசைமுன் உட்கார்ந்தார்.

புண்ணியகோடியின் சரித்திரம் முழுவதும் இரண்டு கனமாக ஃபைல்களில் அடங்கியிருந்தது. மெல்லப் புரட்டினார். அவன் படம், உடல் அமைப்புபற்றிய விரிவான குறிப்புகள். பத்து விரல்களின் ரேகைப் பிரதிகள். அவன் செய்த குற்றங்களின் பட்டியல்... எல்லா விவரங்களும் துல்லியமாக இருந்தன.

தன் பையில் இருந்து ஒரு சிறு காகிதத்தை எடுத்தார். பேனாவைத் திறந்து குறிப்புகள் எடுத்துக்கொண்டார்.

37 குற்றங்கள் அவன் செய்ததாகக் கருதப்படுவது. பெரும்பாலும் திருட்டு, கொள்ளை, அதிகபட்சம் நாற்பதினாயிரம். திருடிய இடங்கள்... வேலூர், வேலூர், வேலூர்,

செங்கல்பட்டு, சென்னை, சென்னை, சென்னை, பெங்களூர், பம்பாய், சென்னை...

மொத்தக் குற்றங்களில் பெரும்பாலும் சென்னையே. முதல் குற்றம் வேலூர். பிறந்து வளர்ந்த இடம் வேலூராக இருக்கலாம். ஒவ்வொரு பம்பாய்க் குற்றத்துக்குப் பின் அடுத்த குற்றம் சென்னை. கடைசிக் குற்றம் பம்பாய். எனவே அடுத்து சென்னைக்கு வந்திருக்கிறான் என்று சொல்லலாம். சமீபத்தில் குற்றம் இல்லை.

குற்றம் செய்யவில்லை அல்லது அகப்படவில்லை. குற்றம் செய்யும் பாணியில் பெயர் புண்ணியகோடி என்று அறிவிப்பது தான் பொதுவான அம்சமாக இருக்கிறது. போலீஸுக்குச் சவால் விடும் நோக்கமாக இருக்கலாம். அப்புறம் அடிக்கடி கத்திக் கீறல்.

'என்ன தர்மலிங்கம், எங்கே இவ்வளவு தூரம்?'

சி.ஐ.டி. பிரிவைச் சேர்ந்த ராஜகோபால் அவர் தோளில் கை வைத்தார். 'என்ன நோட்ஸ் எல்லாம் எழுதிக்கிட்டிருக்கீங்க?'

'புண்ணியகோடிங்கிறவனைப் பத்தி சர்குலர் வந்தது. கொஞ்சம் ஆள் எப்படின்னு தெரிஞ்சுக்கலாமேன்னுட்டு பழைய ரெகார்ட்ஸ் பார்க்கிறேன்!'

'புண்ணியகோடி இல்லை, அவன் புண்ணியகேடி! மூணு முறை ஜெயில்ல இருந்து தப்பிச்சிருக்கான். அவன் செயல்முறைகளைப் பார்த்தீங்களா?'

'இன்னும் பார்க்கலை.'

'ஒவ்வொரு முறையும் பாதுகாப்பில் இருந்து தப்பிச்சிருக்கான்! இத்தனைக்கும் சூப்பிரண்டுக்கு ஸ்பெஷலா சொல்லியிருந்தும்!'

'சுவர் ஏறிடுவானோ?'

'முடியாது.'

'பின்ன எப்படி?'

'ஏதோ ஜெயில் முறைல ஒரு ஓட்டை! நாம கண்டுபிடிக்காத ஓட்டை இருக்கு! அது அவனுக்குத் தெரிஞ்சிருக்கு. மூணு

தடவையும் மெட்ராஸ்லதான் தப்பிச்சிருக்கான். பாருங்க! நாங்களும் சல்லடை போட்டு ஜில்லா ஜில்லாவா சலிச்சுட்டம். அஞ்சு வருஷமாத் தலைமறைவா இருக்கான்னுதான் தோணுது... முயற்சி பண்ணிப் பாருங்க! ஒரு ரிவார்டுகூட இருக்குது.'

'ரிவார்டுக்காக இல்லீங்க! இவ்வளவு தூரம் நம்ம போலீஸை ஏமாத்தியிருக்கான்னு உறுத்துது. அதனால நம்மால இயன்ற அளவு முயற்சி பண்ணிப் பார்த்திடலாம்னு.'

'செய்யுங்க... நம்ம பிராஞ்சுக்கு மாத்தல் வாங்கிட்டு வந்துடுங் களேன்.'

'இல்லீங்க! ஸ்டேஷன் ஒர்க் நல்லாத்தான் இருக்குது.'

'ஸாரி. மறந்தே போய்ட்டேன். உங்க மனைவி...'

'ஆமாங்க! நானும் மறக்கத்தான் இந்த மாதிரி புதுசா வித்தியாசமா ஏதாவது பார்க்கலாம்னுட்டு!'

'ரொம்ப ஸாரி.' அவர் தோளில் அழுத்திவிட்டு நின்றார்.

தர்மலிங்கம் சற்று நேரம் ஃபைலை மறந்து வெற்றுப் பார்வை பார்த்துக்கொண்டிருந்தார். ஆஸ்பத்திரியில் அவர் கையைப் பிடித்துக்கொண்டு 'என்னை விட்டுடாதீங்க! இந்த இடத்தை விட்டுப் போய்டாதீங்க! இருங்க!' என்று கெஞ்சிய குரல் அவருள் ஒலித்தது.

எப்படி மறப்பது? வீட்டை மாற்றியாகிவிட்டது. அவள் துணி மணிகள் எல்லாவற்றையும் தானம் செய்தாகிவிட்டது. படுக்கை, தலையணை உறை எல்லாவற்றிலும் அவள் வாசனை மிஞ்சி யிருக்க, அவற்றைத் தூக்கி எறிந்தாகி விட்டது. புகைப்படங்க ளை டிராயருக்கு அடியில் செருகியாகிவிட்டது. இப்போது மனத்தில் மிஞ்சியிருக்கும் வடிவத்தை மறக்க புண்ணியகோடி!

மேலும் குறிப்புகளில் ஆழ்ந்தார்.

வயது 32. சிறையில் கற்றது, நெசவு, தச்சு... தச்சு வேலை தெரிந்தவர்கள் எங்கெங்கே இருப்பார்கள்?

மாலை ஆறு மணிக்கு மோட்டார் சைக்கிளில் திரும்பியபோது சாலையின் இருமருங்கிலும் செல்லும் கூட்டத்தைப் பார்த்து மலைத்தார்.

முதலில் சென்னையில் இருக்கிறானா என்பதே சந்தேகம். இருந்தால், இந்த லட்சங்களில் எங்கே கரைந்திருக்கிறான்?

எங்கே ஆரம்பிப்பது?

எப்படி ஆரம்பிப்பது?

நெசவுத் தொழில் தெரிந்தவர்கள் சென்னையில் அதிகம் தேவையில்லை. ஆனால் தச்சர்கள்? தச்சர்கள் எங்கும் தேவைப்படுவார்கள். ஆரம்பச் சித்தாந்தம் ஒன்றை அமைத்துக் கொண்டார். புண்ணியகோடி சமீப காலத்தில் குற்றம் எதுவும் செய்யாமல் சற்று நேர்மையான தொழில் ஒன்றில் இருக்கலாம் என்று.

இதை அவரது போலீஸ் அனுபவத்தில் உள்ளுணர்வு சொன்னது. இதுவே தப்பாக இருக்கலாம். அவன் அதிகம் படித்தவன் அல்ல. மற்ற மாநிலங்களுக்குச் சென்றாலும் உடனே சென்னை திரும்பியிருக்கிறான். சென்னைதான் அவன் மையம்.

திருடும் பாணியிலும் சில பொது அம்சங்கள் உள்ளன. கதவின் கீழ்த் தாழ்ப்பாளை நெம்பித் திறப்பது. கோத்ரேஜ் போன்ற இரும்பு அலமாரிகளைத் திறப்பதில் இரண்டு முறைகள். வீட்டுக் காரர்கள் இருந்தால் பயமுறுத்தி சேதப்படுத்தி சாவிகளை வாங்கிக்கொண்டு திறப்பது. எப்போதும் கத்திக்கீறல் தோளில். வீட்டில் எவரும் இல்லை என்றால் அதைக் கவிழ்த்து பின்புறத் தகட்டை உடைப்பது. அந்தப் பாணி பலமுறை திரும்பத் திரும்ப வருவது ரெகார்டில் இருக்கிறது. அந்தப் பாணியில் திருட்டு சமீபத்தில் நிகழவில்லை. எனவே, அவன் தமிழ்நாட்டில் இருந்தால் இப்போது திருடுவது இல்லை என்று கொள்ளலாம்.

முதலில் கட்டட வேலை நடக்கும் இடங்களில் விசாரிக்கலாம். அதற்கு முன் அவன் போட்டோவின் பிரதிகள் வேண்டும்.

வெறுமையான தன் வீட்டுக்குச் செல்ல விருப்பம் இல்லாமல் தன் நிலையத்துக்குச் சென்றார்.

5

நாராயணன் தலையைக் குனிந்துகொண்டு அந்தக் குடிசைக்குள் நுழைந்தான்.

ஆளுயரமே இருந்த கூரை. குறுக்கே ஒரு கொடிக் கயிறு. நடு மூங்கிலில் தொங்கிய அரிக்கேன் விளக்கு. ஓரத்தில் இரண்டு பாத்திரங்கள். சாணிப்பச்சையாக மெழுகியிருந்த தரை. சாமி படம். கோலம்.

'சுத்தமா இருக்குதே. நானே இங்க வந்துரலாம் போல!'

'இடம் போதாதுய்யா. உன் ரூம் கொஞ்சம் பெரிசு. அப்புறம் இங்க சூழ்நிலை சரியில்லை.'

கதவோர மூங்கில் பிளாச்சு சன்னலுக்கு வெளியே, 'யாரு திலகம், புதுசா கிராக்கி?' ஒரு குரல் கேட்டது.

'நான் சொன்னேன் இல்ல?'

ஒரு கலங்கிய முகம் எட்டிப் பார்த்தது. நேராக அவனைப் பார்த்து 'யார்றா நீ? பேட்டைக்கு புதுசா?'

'நான் திலகத்துக்கு உறவுக்காரன்.'

'எப்பலேர்ந்து? ராத்திரிக்கு மட்டுமா!'

'யோவ்! போய்யா?' என்றாள்.

'நான் கூப்பிட்டா வரமாட்ட! என்ன ரேட்டு பேசியிருக்கே?'

'இப்ப நீ போப்போறியா, இல்லியா?'

'என்னைவிட இவன் என்னடி மன்மதனா?'

அவன் கதவைத் திறந்துகொண்டு உள்ளே வந்தான்.

திலகம் இவனைப் பார்த்தாள். அவள் கண்களில் சற்றுக் கலக்கம் இருந்தது.

'இதப் பாருங்க. அனாவசியத்துக்கு கலாட்டா செய்யாதீங்க! அப்புறம் விபரீதமா ஏதாவது ஆய்டும்.'

'என்னடா விவரீதம் சோமாரி! நான் பத்து மாசமா இந்தத் தேவடியாளை சைஸ் பண்ணிக்கிட்டிருக்கேன். கூட்டிவிடறதுக்கு வேறு ஆளைப் புடிச்சுட்டாளா!'

'என்ன பாபு கலாட்டா?' மற்றொரு முகம்.

'நாம பேட்டையில எவ்வளவு நாள் இருக்கம்? இந்தப் பதிவிரதை என்ன பேச்சு பேசினா! இப்பப் பாரு.'

'என்னம்மே!'

'அவர்கள் இருவரும் திலகத்தை நெருங்கினார்கள்.

'அய்யய்யோ! காப்பாத்துங்களேன்!' நாராயணன் தரையில் தேடினான்...

அடுப்பு, பானை, கெரஸின் புட்டி, கத்தி! அவனுக்குப் பிடித்தமான ஆயுதம் - புண்ணியகோடியின் ஆயுதம். மின்வெட்டுபோல் அதை எடுத்தான். 'திலகம், என் பின்னால் வந்துடு' என்றான்.

அவ்விருவரும் நெருங்க, 'வாங்கடா இப்ப! தைரியம் இருந்தா வாங்க!'

‘போ! பாபு! பயப்படாதே, நான் இருக்கேன். இன்னா செய் துருவான்?’

பாபு என்பவன் நெருங்க, ஒரே வீச்சு!

அவன் தோளில் கத்தி கீறியது. ரத்தம் உடனே பீறிட்டது!

‘வாடா! கிட்ட வாடா!’

ரத்தத்தைப் பார்த்ததும் அவன், ‘பாபு, இரு, நம்ம வரதம் பயலைக் கூட்டியாறேன்’ என்று உடனே புறப்பட்டான்.

மற்றவன் கீழே மடங்கி உட்கார ‘எந்திரிடா’ என்றான்!

‘அய்யோ! அய்யோ! அடிக்கறான்! அடிக்கறான்.’

‘அடிக்கலை. எந்திரிடான்னா! இன்னொரு தபா வாங்கிக்கிறியா?’

‘வேண்டாம். வேண்டாம்!’

‘எந்திரி பின்ன?’

அவன் பனியன் பூராவும் ரத்தத் திட்டுகள். எழுந்திருந்தான். ‘தா! டேய்! உன்னை விடமாட்டேன்! இருடா! வரதன் வரட்டும்! இரு, போயிறாதே! ஒரு நல்ல பொம்பளைக்கு பொறந்த பயலா இருந்தா, இரு, வந்துடறேன்! உன்னை விடமாட்டேன்!’ என்று புலம்பிக்கொண்டு செல்ல-

‘சாமான் எல்லாம் எடுத்துக்க திலகம். இந்த இடம் உனக்கு உதவாது’ என்றான்.

சைக்கிள் ரிக்ஷாவில் அவளுடன் பட்டுக்கொண்டு சென்ற போது அவள் வாயைப் பொத்திக்கொண்டு குலுங்கிச் சிரித்தாள்.

‘ஏன் சிரிக்கிறே?’

‘கத்தியைக் காட்டினதும் சிப்பாய் என்ன வேகமா ஓடிட்டான்!’

நாராயணனுக்குச் சிரிப்பு வரவில்லை. நாராயணனாக மாறின பின் முதல் தடவை தூக்கிய கத்தி. எல்லாவற்றுக்கும் அப்போதே தலைமுழுகி தீர்மானமாக இருந்த வைராக்கியம் முறிபட்டு விட்டதில் அவனுக்கு வருத்தமாக இருந்தது.

'ஆமா! அவ்வளவு நல்லா கத்தி சுத்தறியே! முன்னாலயே பழக்கமா?'

'ம்.'

'எங்கே? சர்க்கஸ்லயா?'

'இல்லை. ஒரு ஆளு கத்துத் தந்தார். எப்பவாவது இந்த மாதிரி நெருக்கடியான சமயங்களில் உபயோகிப்பேன்.'

'விஸ் விஸ்!' என்று மானசீகக் கத்தி வீசினாள்.

சைக்கிள் ரிக்ஷாக்காரன் திரும்பிப் பார்க்க மறுபடி சிரித்தாள்.

'ஆம்பளைத் துணை வேணுங்கிறது எவ்வளவு முக்கியம் பார்த்தியாய்யா? இனி எனக்கு கவலையே இல்லை. நீ என்னைக் காப்பாத்தினதுக்கு உனக்கு ஒரே ஒரு பரிசு கொடுக்கப் போறேன்யா! கொண்டா உன் கையை!'

அவன் கையை எடுத்துக்கொண்டு அதன்மேல் ஒரு முத்தம் கொடுத்தாள். 'இதான்' என்றாள்.

'இதுக்காக நிறையக் கத்தி வீசலாம்போல இருக்கே!'

அவள் சினிமாப்பாட்டு பாட ஆரம்பித்தாள்.

பஸ் ஸ்டாண்டில் இறங்கிக்கொண்டு, அத்தனை சாமான்களை பஸ்ஸில் ஏற்றுவானோ என்று சந்தேகித்து, அவ்வழி சென்ற ஆட்டோ ரிக்ஷாவை அப்பா, தாயே என்று கெஞ்சி நிறுத்தி, மயிலாப்பூர் என்றதும் அவன் மலைக்க எக்ஸ்டிரா கொடுக்கிறேன் என்று சொல்லி... சம்மதிக்க வைத்து... ஒரு பொறுப்புள்ள கணவன்போல நடந்துகொண்டான்.

'இந்த ரேட்டில் செலவழிச்சம்னா ரெண்டுபேர் கூலியும் ரெண்டு நாளில் காலியாய்டும்போல இருக்கே!'

'அப்புறம் ஒருத்தரை ஒருத்தர் பார்த்துக்கிட்டே பசியாறிடலாம்' என்று சொல்லிச் சிரித்தான்.

அவனுக்கு உற்சாகமாக இருந்தது. இலக்கற்று இயங்கிக் கொண்டிருந்த அவன் நாட்களுக்குப் புதிதாக ஓர் அர்த்தம் ஏற்பட்டதுபோல இருந்தது. அவனுக்கும் அவளுடன் சேர்ந்து

அந்த அர்த்தமற்ற சினிமாப்பாட்டைப் பாடவேண்டும் போலிருந்தது. தன் மேல் பட்ட அவள் தொடையில் சுவாதீனமாகக் கைவைத்து அழுத்தவேண்டும் போலிருந்தது.

வேண்டாம் - மெதுவாக, மெதுவாக!

இன்று குடிசைக்கு வந்த, அவளைக் கேட்ட இரண்டு பேருக்கும் உனக்கும் வித்தியாசம் இருக்கிறது. உன் குறிக்கோள் அவள் உடல் அல்ல; ஒரு நட்பு. உன் பாலை வாழ்க்கையில் முதல் முதலாகக் கிடைக்கப்போகும் நட்பு. நட்பு என்றுதான் அதைச் சொல்லவேண்டும்; காதல் என்பதெல்லாம் பெரிய வார்த்தை. சிநேகிதி! என் முதல் சிநேகிதி.

ஆட்டோ ரிக்ஷா கரடுமுரடான பாதையில் செல்லும்போது அவள் மேல் அடிக்கடி படுவதை விரும்பி ரசித்தான். பாதை முழுவதும் அப்படி இருந்தால் நன்றாக இருக்கும் என்று நினைத்தான். தன் கைகளை எடுத்து அவளைத் தோளில் அணைத்துக் கொண்டால் என்ன?

வேண்டாம், இன்றைக்கு வேண்டாம். நிறையச் சமயம் இருக்கிறது. அவசரமே இல்லை.

என்னை போலீஸ் பூராவும் மறந்துவிடட்டும். இப்போதே மறந்திருப்பார்கள். இன்னும் ஓராண்டு பொறுக்கலாம். அதற்குள் சற்றுப் பெரிய வேலை, சற்று வசதிகள்.

இவள் இனிமேல் கூலி வேலைக்குப் போகவேண்டாம். என் மனைவி வீட்டில்தான் இருக்கவேண்டும்.

மனைவி!

ஆம், இவள்தான். கடைசியில், இவள்தான் எனக்கு மனைவியாக வாய்க்கப் போகிறாள். இவள்தான் எனக்கு உயிர் வாழ்வதில் ஓர் அர்த்தம் உண்டுபண்ணப் போகிறாள்.

மெல்ல மெல்ல அவசரமே இல்லாமல் நட்பு உருவாகி முதிர்ந்து, அவளைச் சம்மதம் கேட்டு, மணம் முடித்து, அப்புறம்தான் அவளைத் தொடவேண்டும்.

நான் நாராயணன், புண்ணியகோடி அல்ல. சந்து சந்தாகப் பெண்ணைத் தேடிப் பணத்தை வாரியிறைத்த புண்ணியகோடி அல்ல.

நான் நாராயணன். ஒரே ஒரு பெண்ணுக்காக ஏங்கப்போகும் நாராயணன். அவளுக்காக உயிர் வாழப்போகும் நாராயணன்.

இன்றைக்குக் கன்னத்தில் கத்தி வீசிய அந்தக் கணத்தில் கொஞ்சம் புண்ணியகோடி திரையைத் திறந்து வெளிவந்துவிட்டான். ஆனால், அவனை அவசர அவசரமாகத் துரத்தி அனுப்பி விட்டேன். இனி அவன் வரமாட்டான். வரக்கூடாது.

6

காலை எழுந்ததும் அவள் புன்னகையில் விழித் தான்.

'லேசாக் குறட்டை விடறய்யா நீ' என்றாள்.

'லேசா என்ன, நிறையவே விடுவேன்! எனக்கே கேக்கும்!'

'சூப்பிரண்ட் சார்! இவன் விடற குறட்டையில ஜெயிலே அதிருது. கல்லெல்லாம் கழண்டுக்கும்.'

அவள் தன் பெட்டியை ஓர் ஓரத்தில் ஒதுக்கி வைத்திருந்தாள். கொடியில் அவன் பேண்ட் தொங்கும் இடத்திலிருந்து மரியாதையாகச் சற்று ஒதுங்கி அவள் பருத்திச் சேலை தொங்கியது.

ஒரே ஒரு வட்டக் கண்ணாடி அலமாரியில் ஒண்டியிருந்தது. அதன் அருகில் குங்குமச் சிமிழ், ஒரு பவுடர் டப்பா, அவளது டிரான்சிஸ்டர்.

ஓரத்தில் ஸ்டவ் அடுப்பு எரிந்துகொண்டிருந்தது. அதன்மேல் ஓர் அலுமினிய வாணலியில் உப்புமா தயாராகிக்கொண்டிருந்தது.

'குளிச்சிட்ட போலிருக்கே?'

'விடியற்காலை எழுந்து போயிட்டேன். குழாயடியில் கூட்டமில்லை. துணி துவைச்சுட்டுக் குளிச்சிட்டேன். உப்புமா திங்கறியா?'

'என்ன இதெல்லாம்?'

'ஏன்யா எனக்கு நீ இருக்க இடம் கொடுத்திருக்கே, அதுக்கு உபயோகமா நான் ஏதாவது செய்யவேண்டாமா?'

'ஊகூம், நீ சும்மா இங்க இருந்தாலே போதும் திலகம்! முதல் முறையா இந்த ரூம் பளிச்சுனு இருக்கு, நீ வந்ததாலே!'

'கொஞ்சம் கொஞ்சமா உன்னை ஒப்பேத்திடறேன். பாத்துக்கிட்டே இரேன். நேரமாவுது, பல் தேய்ச்சுட்டு குளிச்சிட்டுக் கிளம்பு. வேலைக்கு போவணும்.'

7

காலை தர்மலிங்கம் போலீஸ் நிலையத்துக்கு வந்தபோது 'இன்று செடிகளுக்குத் தண்ணீர் விடவேண்டும்; மறுபடி அந்த புண்ணிய கோடி கேஸைத் தொடவேண்டும்' என்று தீர்மானித்தார். தரையில் ஒரு காகிதம் கிடந்தது. அதைப் பொறுக்கி குப்பைக் கூடையில் போட்டு, 'ஏம்பா பெருக்கறதுக்கு ஆள் வரலை?' என்று சத்தமிட்டார்.

உள்ளே தன் அறைக்குள் நுழையுமுன் நேராக நடந்து நிலையத்தின் பின்பகுதிக்குச் சென்றார். இரவு பிடித்து காவலில் அடைத்து வைக்கப்பட்ட ஆசாமிகள் கம்பியைப் பிடித்துக் கொண்டு நின்றுகொண்டிருந்தார்கள். பரட்டைத்தலை, கிழிந்த பனியன்... முரட்டு உடல்கள், 'முதலாளி, அனாவசியமா என்னைப் போட்டு அடைச்சு வெச்சிருக்காங்க! விட்டுடுங்க' என்று அலறினான் ஒருவன்.

தர்மலிங்கத்துக்கு இவர்கள் மேல் தயவு தாட்சண்யம் கிடையாது. ராத்திரிக் குற்றம்

பெரும்பாலும் குடித்த கேஸாக இருக்கும். மதுவிலக்கு என்பது ஒரு மகா மகா தோல்வி. மதுவிலக்கு, மக்களுக்குக் கல்வி தருவதில் இருக்கிறது என்று நம்புகிறவர் அவர். மதுவிலக்குச் சட்டங்கள் அடிக்கடி மாறுவதும் தளர்த்தப்படுவதும் அவருக்குப் பிடிக்கவில்லை.

'என்னய்யா கேஸு?' என்றார் கான்ஸ்டபிளிடம்.

'குடி, அடிதடி! மாமூலுங்க!'

'உம்பேர் என்னய்யா?'

'பாபு சார்! முதலாளி, எஜமானே, சீமானே, ராஜாவே! என்னை விட்டுடுங்க, நான் தப்பு தண்டாவுக்குப் போகாத வயசு. வேலைக்கும் போகணுங்க. ஏதோ கொஞ்சம் குடிச்சிருந்தேன். அவ்வளவு தாங்க.'

'கம்பிகள் வழியாக அவன் முடியைப் பிடித்து நிமிர்த்தி, 'பொய் சொல்றே! சண்டை போட்டிருக்கே, நீ யார்யா?' என்றார்.

'ரங்கன்!' என்றான்.

'தோளில் என்ன காயம்? பாபுவோட சண்டை போட்டியா?'

'பாபு இல்லீங்க. அது வேற ஆளுங்க. அவனைப் பிடிக்காமல் எங்களைப் பிடிச்சு அடைச்சிருக்காங்க!'

'ராத்திரி ஃபுல் தண்ணி சார் ரெண்டு பேரும்.'

'இந்தக் காயம் எப்படி வந்தது?'

'அது புதுசா ஒரு ஆளுங்க! பொம்பள விசயம்!'

'யார்யா புதுசா ஆளு?'

'அதை ஏன் கேக்கறீங்க! கத்தி எடுத்து, தோள்ல சரக்குனு கீறிப் புட்டான் சார்... மின்னல் மாதிரி கூட்டாளிகளை அழைச்சுட்டு வர்றதுக்குள்ள ஓடியே பூட்டான்.'

தர்மலிங்கம், 'ஏய் ரங்கா, கிட்ட வா!' என்றார்.

அவன் தோளில் சுத்தமாக நான்கு அங்குலக் கீறல், ரத்தம் பொங்கி உறைந்திருந்தது.

'கத்தி வெச்சிருந்தானா?'

'இருட்டில் தெரியலீங்க. சரேல்னு பாஞ்சான்!'

கத்திக் கீறல் வலது தோளில்.

'அந்த ஆள் எப்படி இருந்தான்?'

'சின்னப் பயல்னு சொல்ல முடியாது. நடுத்தரமா இருந்தான்.'

'கொஞ்சம் இரு!' என்றார். தன் மேஜைக்குச் சென்று புண்ணிய கோடியின் புகைப்படத்தை எடுத்து வந்தார்.

'இதப் பார், இந்த போட்டோல உள்ள மாதிரி ஆளா?'

ரங்கன் அதை உற்றுப் பார்த்து, 'இல்லீங்க! வேறு மாதிரி இருந்தான்!'

'வேறு மாதிரின்னா எப்படி!'

'அவனை நல்ல வெளிச்சத்தில் பார்க்கலீங்க.'

பாபு, 'அதைக் காட்டுங்க' என்றான்.

பார்த்து 'ஊகூம், அவன் தாடி மீசை எல்லாம் வெச்சுக்கிட்டிருந்தான்' என்றான்.

'அப்படியா?' தர்மலிங்கம் தன் பையிலிருந்து பேனாவை எடுத்து, அந்தப் புகைப்படத்துக்கு சுமாராக மீசை தாடி வரைந்தார்.

'இப்பப் பாரு.'

பாபு கண்களைக் குவித்துக்கொண்டு பார்த்து, 'இப்பக் கொஞ்சம் அவன் மாதிரித்தான் தெரியுதுங்க' என்றான்.

ரங்கன் எட்டிப்பார்த்து 'ஆமடா!' என்றான்.

தர்மலிங்கம் சற்றுப் படபடப்புடன் 'கான்ஸ்டபிள், ஜீப்பை ரெடி பண்ணுங்க. இவங்க ரெண்டு பேரையும் கூட்டிக்கிட்டு வாங்க. அங்க போகலாம்' என்றார்.

'சார்! இது புண்ணியகோடியா இருக்கும்னு சந்தேகப்படறீங்களா!'

'இருக்கலாம்.'

வெளியே வந்ததும் பாபுவும் ரங்கனும் அவர் காலைப் பிடித்து 'எங்களை விட்டுடுங்க' என்றார்கள்.

'உங்களை யார் விடப்போறா! முதலில் அந்த இடத்தை அடையாளம் காட்டுங்க!'

'எங்க வேண்டுமானாலும் வாரங்க! இங்க மட்டும் திருப்பி அடைச்சுறாதீங்க.'

'வாய்யா முதல்ல.'

பூந்தமல்லி ஹைரோடில் இருந்து சரிந்து மிகப் பெரிய பாதாள சாக்கடைக்கான காங்கிரீட் வட்டங்களைக் கடந்து, கரிய சிறுவர்கள் ஆரவாரித்துத் தொடர்ந்து வர, அந்தக் குடிசைக் கும்பலின் முகப்பில் நின்றது ஜீப். சில்லறை நாய்கள் உற்சாகமாகக் குரைத்தன.

'ஏய் நம்ம பாபு!' என்று அடையாளம் கண்டு சிலர் பின்பற்றினார்கள். கான்ஸ்டபிள் அவர்களை விரட்ட தர்மலிங்கம் அந்தக் குடிசைகளின் ஊடே நடந்தார். பேட்டையே திகைத்து, வேலையைப் போட்டது போட்டபடி விட்டுவிட்டு வேடிக்கை பார்த்தது.

'இதாங்க!' என்று பாபு அந்தக் குடிசையைக் காட்டினான்.

கதவு திறந்திருந்தது.

உள்ளே சென்றார்.

காலியாக இருந்தது.

வெளியே வந்தார்.

'இங்க பக்கத்து வீட்டில் யாரும்மா?' என்றார். 'இந்தக் குடிசைல இருந்தவங்க பேரு என்ன?'

'திலகம்.'

'எங்க அவங்க?'

'ராத்திரி சைக்கிள் ரிக்ஷா வெச்சுக் கூட்டிப் போய்ட்டாங்க. ராத்திரி அடிதடி ஆயிருச்சிங்க.'

‘கூட்டிப்போன ஆள் யாருன்னு யாருக்காவது தெரியுமா?’

மௌனம்.

‘இங்க சைக்கிள் ரிக்ஷா ஸ்டாண்டு எங்கய்யா இருக்கு?’

‘மெயின் ரோட்டுப் பக்கங்க?’

‘தாடி மீசை எல்லாம் வெச்சிருந்தான். பேட்டைக்குப் புது ஆளு.’

‘அந்தப் பொண்ணு தனியாத்தான் இருந்ததா?’

‘ஆமாங்க. கட்டடத்தில கூலி வேலை செஞ்சுக்கிட்டு இருந்துதுங்க! நல்ல பொண்ணு. கூட ஒரு கிழவி இருந்துச்சு. கொஞ்ச காலமா அதும் இல்லை. தனியாத்தான் இருந்தது.’

‘சரி! பார்த்துறலாம்’ இன்ஸ்பெக்டர் மறுபடி ஜீப்புக்கு வந்தார்.

புண்ணியகோடிதான். அது நிச்சயம் அவன்தான்! அவன் அடையாளம், அவன் முத்திரை கத்தி விளையாட்டு. தோளில் கீறல், வலது தோள்.

‘ஏய் பாபு, இங்க வா.’

நடுங்கிக்கொண்டே அவன் வந்தான்.

‘என்ன நடந்தது? விவரமாச் சொல்!’

‘ஒண்ணும் இல்லீங்க. இந்த ரங்கம் பயலுக்கு அந்தப் பொண்ணு மேல ஒரு கண்ணு. ரொம்ப நாளா பல்லைக் காட்டிகிட்டு இருந்தான். ராத்திரி ஒரு புதுப் பயலோட வரவும் இவனுக்குக் கடுப்பாய்ப் போச்சு. போய்க் கேட்டிருக்கான். சண்டை வந்திருச்சு. அவன் சரக்குன்னு கத்தி எடுத்துக் கீறிட்டான். என்னா வேகம்!’

‘போய்யா போ! இந்த ஆளை அழைச்சுட்டுப் போயி ஆஸ்பத்திரில மருந்து போட்டுக்க.’

அவன் வணங்கிவிட்டு ‘இனிமேல் செத்தாலும் குடிக்க மாட் டேங்க’ என்றான், சந்தோஷத்துடன்.

‘அடுத்த தடவை மாட்டிப்ப இல்லை, அது வரைக்குமா?’

சைக்கிள் ரிக்ஷா நிலையத்தில் அடுத்து விசாரித்தார்.

'ஆமாங்க! ஒரு தாடி வெச்ச ஆளும் ஒரு பொம்பளையும் இருந்தாங்க. பொட்டி, ஸ்டவ், டப்பா எல்லாம் வெச்சிருந்தாங்க. பஸ் ஸ்டாண்டில்தான் கொண்டு விட்டேன். ஆட்டோ ரிக்ஷா ஏறிப் போயிட்டாங்க!'

'எந்தப் பக்கம்? இந்தப் பக்கமா, அந்தப் பக்கமா?'

'இதோ இப்படித்தான் போனாங்க.' என்று கை காட்டினான்.

நகரத்துக்குள் சென்றிருக்கிறான்.

கூலி வேலை! இங்கு இருந்து அருகாமையில் கட்டடத் தொழில் நடக்கும் இடங்களில் விசாரிக்கவேண்டும்.

'ஆட்டோ ரிக்ஷா எங்கேருந்து வந்துக்கிட்டு இருந்தது?'

'அது எதிர்த்த பக்கத்தில் இருந்து வந்ததுங்க! முதல்ல வர மாட்டேன்னு சொன்னான். நான்கூட, 'போய்ட்டு வாய்யா, எக்ஸ்டிராவா ஏதாவது கொடுப்பாரு'ன்னு சொன்னேன்.'

'சவாரி எங்கன்னு சொன்னாங்களா? ஞாபகம் இருக்கா?'

'இல்லீங்க!'

'சரி!' என்று சிந்தனையுடன் புறப்பட்டார். நின்றார்.

'ராத்திரி எத்தனை மணி இருக்கும்?'

'ஒம்பதரை பத்து இருக்குங்க. சினிமா விட்டாச்சு!'

8

நாராயணனும் திலகமும் மைலாப்பூர் பஸ் ஸ்டாண்டுக்கு வந்து நின்றார்கள்.

திலகம் சற்று நொண்டுவதைக் கவனித்தான். 'என்ன காலில்?'

'சாரத்தில் ஏறினப்ப காங்கிரீட் கம்பி குத்திடுச்சு. அது என்னடான்னா இப்பத்தான் வலிக்குது.'

அவள் காலைப் பார்த்தான். 'நல்லா அடிபட்டிருக்கே! இன்னிக்கு வேணா வேலைக்குப் போகாம இருந்துரு.'

'ஆ! ஒரு நாள் கூலி போயிரும்!'

'இதப் பார், திலகம், இனி நீ வேலை செய்ய வேண்டாம். உழைச்சு, சம்பாதிச்சு உன்னைக் காப்பாத்தறது என் பொறுப்புன்னு வெச்சுக்க!'

'என்னால நடக்க முடியும்யா.'

'இல்லை. காயம் சீழ் பிடிக்கிறமாதிரி இருக்குது. முதல்லே இதை கவனிக்கலாம். வா டாக்டர்கிட்ட காட்டலாம்.'

'சேச்சே! அதெல்லாம் வேண்டாம்யா. சுண்ணாம்பு வெச்சா சரியாய்டும். வேலையை எதுக்கு விடணும்'

'நீ வாயேன், சொல்றேன்.'

'ஒரு நாள் கூலி!'

'நான் ரெட்டிப்பா சம்பாதிக்கிறேன், வா.'

'எப்படி?'

'எனக்கு நிறைய வேலை தெரியும்.'

எப்போதாவது அந்த டாக்டரிடம் சென்றிருக்கிறான். ஏழ்மை யின் விளிம்பில் இருப்பவர்களுக்கு என்றே ஒரு டாக்டர். முக்கால் ரூபாய், ஒரு ரூபாய் இப்படித்தான் வாங்குவார்.

நல்ல கூட்டம் இருந்தது. சின்ன இடம். வெளியே தெருவில் நின்றார்கள். சிறு குழந்தைகள், ஈரல் குலைக் கட்டியுடன், பானை வயிற்றுடன். கவலையுடன் ஒரு கிழவி. டிபன் பாக்ஸுடன் ஒரு பெண். ஏனைய சிறுமிகள் தினக் கூலிக்காரர்கள். காசைப் பத்து பைசா கணக்கில் சம்பாதிப்பவர்கள்.

'நீங்க வாங்க' என்றார்.

'வா, திலகம்.'

இருவரும் நெருக்கமான அறைக்கு சென்றார்கள். 'இவளுக்கு காலில் காயம்ங்க.'

'காட்டும்மா! என்ன புருசன்கூட சண்டை போட்டியா, சூடு காச்சி இழுத்துட்டானா! ஏன்யா?'

'இல்லீங்க. கம்பி குத்திருச்சு' என்று அவனைப் பார்த்துச் சிரித்தாள். புருசன் என்று சொன்னது அவனுக்கு இனிப்பாக இருந்தது. 'அவர் என் புருசன் இல்லீங்க' என்று அவள் சொல்லா தது மேலும் இனித்தது. அவனைப் பார்த்து அவள் சிரித்ததில் இருந்த அந்நியோன்னியம் திகட்டியது.

கட்டுடன் வெளிவந்து, அவனுடன் நடக்கும்போது 'இப்ப நம்ம ரெண்டு பேரையும் புருஷன் பெண்சாதின்னு சொன்னால், நம்புவாங்க போலத்தான் இருக்குதுய்யா' என்றாள்.

'அப்படியே இருந்துட்டுப் போகட்டுமே!'

'ஆ! ஆளைப்பாரு!'

'பத்மா'வில் பலகாரம் காப்பி சாப்பிட்டார்கள். அங்கிருந்து அவளை அறைக்கு அழைத்துச் சென்றான். 'நான் வேலைக்குப் போறேன். நீ ரூம்லே படுத்திரு. டாண்ணு அஞ்சரை மணிக்கு வந்துடுறேன் சாப்பாட்டுக்கு.'

'நான் பார்த்துக்கறேன். நீ போய்ட்டு வா. உன் வீட்டைப்பத்தி இனி கவலைப்படாதே!'

'நம்ம வீடு!' என்றான்.

'சரி. நம்ம வீடு.'

பஸ்ஸில் செல்லும்போது மிகுந்த உற்சாகத்துடன் இருந்தான். அவன் வாழ்வில் புதிய அர்த்தங்கள் ஏற்பட்டதுபோல் உணர்ந்தான். சன்னலுக்கு வெளியே காட்சிகள் எல்லாமே அவனுக்காக வைக்கப்பட்டவைபோல் இருந்தன. பாதை என்னுடையது. அந்த மின்சாரத் தூண் என்னுடையது. தூரத்தில் தெரியும் அந்தத் தகரக் கொட்டகை, அதை ஏறக்குறையத் தழுவிக்கொண்டிருக்கும் பஞ்சுமேக வானம், எல்லாம் என்னுடையது.

9

இன்ஸ்பெக்டர் தர்மலிங்கம் மெதுவாக ஜீப்பில் அந்தச் சாலை வழியே சென்றுகொண்டிருந்தார்.

இந்தப் பகுதியில் நிறைய கட்டட வேலைகள் நடக்கின்றன. ஒவ்வொன்றாக விசாரித்துப் பார்க்கலாம்.

முதலில் ஓர் அரை கிரவுண்டில் கட்டப்படும் சிறிய வீடு... கொல்லத்து மேஸ்திரியை விசாரித்தார். 'நாலு, ரெண்டு சின்னப் பயலுக, நாலு பொம்பளை. அவ்வளவுதாங்க இங்க வேலை செய்யறது. எல்லோரும் இருக்காங்க, பார்த்துக்கங்க!'

அடுத்தது சற்று விஸ்தாரமான மூன்று மாடிக் கட்டடம். காண்ட்ராக்டர் அந்த போட்டோவைப் பார்த்து, 'ஊகூம். தாடி வெச்சிக்கிட்டு யாரும் கிடையாதுங்க என்கிட்ட' என்றார்.

அடுத்து ஒரு தொழிற்சாலைக்கான அரை குறைக் கட்டடம். 'சிமெண்டு கிடைக்காமல்

தவிக்கறாங்க! ரெண்டு மாசத்துக்கு அப்புறம் இன்னிக்குத்தான் வேலையே தொடங்குது.'

'சரி, இந்த ஆளு முந்தி உங்கள்கிட்ட எப்பவாவது வேலை செஞ்சிருக்கானா?' என்று போட்டோவைக் காட்டினார்.

'இவன் மாதிரின்னு சரியாச் சொல்ல முடியாது. ஆனால், தாடி வைச்ச ஆள் ஒருத்தன் சண்முகம்னு எங்கிட்ட இருந்தான்.'

'இப்ப அவன் எங்கே?'

'தெரியாதுங்க. வேலையை விட்டுட்டுப் போயிட்டான்.'

'அவன் அட்ரஸ் கிடைக்குமா?'

'தினக்கூலி ஆளுங்க. அட்ரஸ் எல்லாம் கேட்டு வெச்சுக்கற தில்லீங்க.'

ஐந்து இடங்களில் விசாரித்தும் சரியாக ஒன்றும் பெயரவில்லை. அலுத்துக்கொண்டு ஜீப்பில் ஏறினார். 'திரும்ப ஸ்டேஷனுக்குப் போப்பா...' என்றார்.

பொறுமை! பொறுமை நிறைய வேண்டும். புண்ணியகோடி சென்னையில் இருக்கலாம் என்பது தெரிகிறது. அந்த ஆசாமி தான் புண்ணியகோடி என்பதற்கு ஆதாரம் அதிகம் இல்லை. ஒரே ஒரு கத்திக் கீறல்.

அது அவனா?

பொறுமை! பொறுமை! ஆரம்பித்ததை முடித்து விடலாம். 'ஜீப்பை நிறுத்துப்பா' என்றார்.

'திரும்பி இந்த ரோட்டிலேயே இன்னும் கொஞ்சம் போகலாம்' என்றார்.

ஏறக்குறைய மூன்று மைல் வந்துவிட்டார். இவ்வளவு தூரம் தள்ளியிருக்கிறதே! அரும்பாக்கத்தில் இருந்த அந்தப் பெண் இதுவரை வருவாளா, என்ன?

ஹிந்த் கன்ஸ்டிரக்ஷன் கம்பெனி என்று போர்டு எழுதியிருந்தது. உள்ளே கட்டட வேலை சுறுசுறுப்பாக நடந்துகொண்டிருந்தது. கடைசி கடைசியாக இங்கே விசாரித்து முடித்து விடலாம்...

'நிறுத்துப்பா' என்றார்.

நாராயணன் பஸ்ஸை விட்டு இறங்கி வேகமாக நடந்தான்.

இன்றைக்கு கொஞ்சம் லேட். முதலாளி சத்தம் போடுவார். ஹிந்த் கன்ஸ்டிரக்ஷனை நெருங்கினான். போலீஸ் ஜீப்பைப் பார்த்துத் திடுக்கிட்டான்.

போலீஸ்! எதற்கு இங்கே நிற்கிறது?

ஓர் இன்ஸ்பெக்டர் உள்ளே முதலாளியை நோக்கி நடந்து செல்வதும், நடுவே ஓர் ஆளை ஏதோ கேட்பதும் அவன் முதல் மாடியில் நிற்பவரைக் காண்பிப்பதும் தெரிந்தன.

என்ன விசாரிப்பார்கள்? என்னைப் பற்றியா? சே! என்னை யாருக்குத் தெரியும்? நான் நாராயணன். நாராயணன் நல்லவன். புண்ணியகோடி போய் ஐந்து ஆண்டு ஆயிற்று. போலீஸ் அவனை எப்போதோ மறந்துவிட்டார்கள். வேறு ஏதாவது விசாரிக்க வந்திருப்பார்கள். உள்ளே போகலாம்.

உள்ளே செல்வதற்குமுன் சற்றுத் தயங்கினான். இன்ஸ்பெக் டரும் கான்ஸ்டபிளும் சாரத்தில் ஏறி நடப்பதைப் பார்த்தான்.

'வேண்டாம். இப்போது அங்கே போகவேண்டாம். எச்சரிக்கை யாக இருப்பது நல்லது. அவர்கள் சென்றதும் நுழையலாம். எதற்காக வந்தார்கள் என்று விசாரிக்கலாம்.'

நாராயணன் சாலையின் எதிர்ப்புறத்தில் நடந்து, சற்று தூரம் நடந்து ஒரு சந்தில் திரும்பி உள்ளே சென்று ஒரு டீக்கடையில் நுழைந்தான்.

தர்மலிங்கம், காண்ட்ராக்டர் இளைஞனை அணுகினார். அவன் போலீஸைக் கண்டதும் சற்று ஆச்சரியத்துடன், ஆனால், பயமின்றி 'என்ன சார்?' என்றார்.

'திலகம்னு ஒரு பொண்ணு இங்க வேலை செய்யறதா?'

'திலகம்... திலகம்? இருங்க. மஸ்டர் ரோலைப் பார்த்துச் சொல்றேன்!'

இன்ஸ்பெக்டர் காத்திருந்தார். சுற்றிலும் பார்த்தார். சுறுசுறுப்பாக வேலை நடந்துகொண்டிருந்தது. தெரிந்தவரை தாடி மீசையுடன் யாரும் இல்லை.

'திலகம்னு ஒரு பொண்ணு வேலை செஞ்சுக்கிட்டிருக்கு, ஆமாம்.'

'எங்கே கூப்பிடுங்க?'

'மேஸ்திரி! திலகம்னு ஒரு பொண்ணு வேலை செய்யுதே. அதைக் கூப்பிடுங்க!' என்று கீழே நோக்கி ஆணையிட்டான்.

மேஸ்திரி அங்கு இருந்து, 'திலகம் இன்னிக்கு வரலைங்க' என்றார்.

'சரியாப் பாருய்யா!'

'மேஸ்திரிக்கு அவுங்க எல்லாரையும் தெரியும் சார்! என்ன விஷயம் சொல்லுங்க.'

'சரியாப் பாக்கச் சொல்லுங்க.'

'சரியாப் பார்த்துச் சொல்லுய்யா.'

இன்ஸ்பெக்டர் புண்ணியகோடியின் படத்தைக் காட்டினார். 'இந்த ஆளு முகத்தைப் பார்த்த மாதிரி இருக்கா?'

'இதென்ன? பேனாவில் தாடி போட்டிருக்கே!'

'மீசை தாடி வெச்சிருப்பான், போட்டோல மீசை தாடி இல்லை. நான் வரைஞ்சேன்.'

அந்த இளைஞர் அதைப் பார்த்துவிட்டு... சற்று யோசித்தான். 'அசப்பில் பார்த்தால் என்கிட்ட காங்கிரீட் மிக்சர் பண்ணிக்கிட் டிருக்கான், நாராயணன்னு ஒருத்தன், அவன் மாதிரி இருக்கு. ஆனால், சொல்ல முடியாது... மேஸ்திரி, நாராயணனைக் கூப்பிடு!'

'நாராயணனும் வரலீங்க!'

'நாராயணன்! அதுவா அவன் பெயர்?'

'சரியாச் சொல்ல முடியலீங்க! அவனும் இன்னிக்கு வேலைக்கு வரலை!'

'வருவானா?'

அவன் கைக்கெடிகாரத்தைப் பார்த்து 'மணி பத்தரை ஆச்சு! வர மாட்டான்னு நினைக்கிறேன்... காலைல ஏழு மணிக்கு வந்திருக்கணும்! விஷயம் என்ன, சொல்லுங்க.'

'ஒரு சந்தேகம்! அவன் ஒரு பழைய குற்றவாளியாக இருப்பான்னு சந்தேகம்! அவனும் அந்தப் பெண்ணும் சிநேகமா?'

'ரெண்டு பேரும் சேர்ந்து போவாங்க. சிநேகம்னு சொல்ல முடியாது... ஆனால்...'

'என்ன, சொல்லுங்க?'

'நாராயணனை எனக்குத் தெரியும்! அவன் ஒண்ணும் கேடியா இருக்க முடியாது...'

'எப்படிச் சொல்றீங்க!'

'ரொம்ப நம்பகமான ஆசாமி. வேலை ஒழுங்காச் செய்வான். பேங்கில் போய் பணம் எடுத்துட்டு வருவான். ஒரு பைசா தொட மாட்டான். அப்பழுக்கு இல்லாத கணக்கு. அதிகம் பேச மாட்டான். ரொம்ப நல்ல ஆசாமி. அவனை ஒரு குற்றவாளின்னு நினைச்சுப் பார்க்கக்கூட முடியாது...' மறுபடி படத்தைப் பார்த்தான். 'இல்லீங்க, என் கண்ணு ஏமாத்துது. இவன் இல்லைன்னு நினைக்கிறேன்.'

'அப்படியா?' எத்தனை நாளா உங்களுக்குத் தெரியும் அவனை.'

'ரெண்டு வருஷமா.'

'அவன் இப்ப வருவானா?'

'இன்னிக்கு இனிமேல் வரமாட்டான்னு நினைக்கிறேன். பாதி நாள் வேலை ஆயிடுச்சே!'

'என்ன வேலை செஞ்சுக்கிட்டிருந்தான்.'

'காங்கிரீட் மிக்சர்ல.'

'தச்சு வேலை எதுவும் செய்வானா?'

'ஊகூம்! அவன் வந்தால் அனுப்பறேன்.'

'வருவானா!'

'நாளைக்கு வருவான். இன்னிக்கு இனிமேல் வருவான்னு தோணலை.'

'அவன் கையெழுத்து ஏதாவது இருக்குதா?'

'கையெழுத்தா! மஸ்டர்ல கையெழுத்து போட்டதா ஞாபக மில்லை. தமிழ்ல சில வேளைகளில் போடுவான். பெரும்பாலும் இவங்ககிட்ட கட்டைவிரல் ரேகைதான் வாங்கிப் பதிச்சுப்பேன்!'

இன்ஸ்பெக்டர் பிரகாசமானார். 'எங்கே, மஸ்டர் ரோலைக் காட்டுங்க.'

'சார்! எதுக்குன்னு நீங்க சொல்லணும்!'

ஆயாசத்துடன், 'பயப்படாதீங்க! ஒரு விதமான சந்தேகத்தின் பேரில்தான் விசாரிச்சுக்கிட்டு இருக்கோம். இப்ப நீங்க சொல்றீங்க, அந்த ஆள் நாராயணன் தங்கமான ஆசாமின்னு. தப்புத்தண்டா செய்ய மாட்டான்னு. அது ஒரு அபிப்பிராயம். அதையே கைரேகையை வெச்சுக்கிட்டு சுலபமா, தீர்மானமா தெரிஞ்சுக்கிடலாம். நான் அந்த நாராயணன் வேறு பேருள்ள ஆசாமின்னு நினைக்கிறேன். அந்த வேறு ஆசாமியோட விரல் ரேகைகள் எங்ககிட்ட இருக்கு. இரண்டையும் ஒத்துப் பார்த்துட்டா விஷயம் தீர்ந்துடும். காட்டுங்க! இதைக் கேக்கறதுக்கு எனக்குச் சட்டப்படி உரிமை இருக்குது...'

அந்த மஸ்டர்ரோல் காகிதத்தை இன்ஸ்பெக்டர் ஆவலுடன் பார்த்தார். நாராயணன், வெறும் நாராயணன், இன்ஷியல் ஏதும் இல்லை. அதன் எதிரே ஆஜர் கணக்கு. வார இறுதியில் வாங்கிய சம்பளத்துக்கு சாட்சியாக அவன் இடது கைக்கட்டை விரல் அடையாளம் துல்லியமாக இருந்தது.

'இந்த மஸ்டர்ரோல் முடிஞ்சுருச்சில்ல? பேமெண்ட் எல்லாம் ஆயிடுச்சில்ல?'

'ஆமாம்.'

'இதை எடுத்துட்டுப்போய் நாளைக்குத் திருப்பித் தந்துடறேன்.'

இளைஞன் தயங்க, 'கவலைப்படாதீங்கன்னு சொன்னனில்ல. இதனால் உங்களுக்கு ஏதும் போலீஸ் தொந்தரவு கிடையாது. பயப்படாதீங்க! போலீஸ்னா ஏன் மிரள்றீங்க!'

என்றாவது ஒரு நாள் ♦ 67

'சரி, எடுத்துட்டுப் போங்க. ஆனால், திரும்பிக் கொடுத்திடுங்க. கணக்குக்கு வேணும்!'

'நிச்சயம்! நான் வரேன். அந்த ஆசாமி வந்தால் நீங்கள் எதுவும் கேட்கவேண்டாம். ஏன்னா அவன் மேலே சந்தேகம்தான் இருக்கே ஒழிய ஊர்ஜிதமாகலை. இந்த விரல் ரேகையை லாப்ல வெச்சு ஒப்பிட்டுப் பார்த்தப்புறம்தான் தீர்மானமாத் தெரியும்! அதுவரைக்கும் நீங்கள் ஏதும் சொல்லிடவேண்டாம். என்ன?'

'சரி, சார்!'

'அப்புறம் அந்த ஆள் வீட்டு விலாசம் இருக்குதா உங்ககிட்ட?'

'இல்லீங்களே?'

'சரியா யோசிச்சுப் பாருங்க! அது முக்கியம்!'

'இல்லீங்க. அவன் வீட்டு விலாசம் நான் கேட்டு வெச்சுக்கலை.'

'எங்க இருக்கான்னு ஏதாவது சொன்ன ஞாபகம் இருக்குதா?'

'நாளைக்கு வருவான், கேட்டு வெச்சுக்கிறேன்.'

'வேண்டாம். நான் மறுபடி நாளைக்கு வரேன்! அதுவரைக்கும் அவன்கிட்ட ஒண்ணும் கேட்கவேண்டாம்! நீங்க அவன் நல்ல ஆளுன்னு சொல்லிட்டீங்க. அனாவசியமா, ஊர்ஜிதமாகாத சந்தேகத்தை அவன் பேரில் திணிக்கவேண்டாம். வரேன். நாளைக்கு மறுபடி சந்திக்கலாம்.'

இன்ஸ்பெக்டர் கீழே இறங்கி வந்து நடந்து ஜீப்பில் ஏறிக் கொண்டார். அவர் கையில் நாராயணனின் விரல் ரேகை இருந்த மஸ்டர்ரோல் காகிதம் இருந்தது. கான்ஸ்டபிள் டிரைவர் சீட்டில் வந்து உட்கார, 'நேரா லாபுக்கு போப்பா!' என்றார்.

ஜீப் சீறிப் புறப்பட, சந்தின் முனையிலிருந்து அது செல்வதை நாராயணன் பார்த்துக்கொண்டிருந்தான்.

அது சென்று மறைந்ததும் மெதுவாகக் கட்டடத்தை அணுகினான்.

முதலாளிப் பையன் முதல் மாடியில் நிற்பதைப் பார்த்தான். நாராயணன் வருவதை அவன் பார்த்தான். அங்கு இருந்து கைக்கடிகாரத்தைக் காட்டி 'இவ்வளவு லேட்டா வரியே!' என்று சைகையில் தெரிவித்தான்.

நாராயணன் 'மன்னிச்சுக்குங்க' என்று கும்பிட்டான்.

'சரி சரி, வேலையைப் பாரு' என்று சைகை.

நாராயணன் மிக்ஸரின் அருகில் சென்றான். அங்கே நின்றிருந்த சுலைமானிடம் 'என்ன பாய், போலீஸ் ஜீப்பு வெளிய போறதப் பார்த்தனே, எதுக்கு வந்தாங்க?' என்றான்.

'அவங்க எதுக்கு வந்தாங்களோ தெரியலை. ஆனால், திலகத்தையும் உன்னையும் அவுங்க வந்த பிறபாடு கூப்பிட்டாரு முதலாளி! திலகம் இன்னும் வரலை! நீ இப்பத்தான் வந்திருக்கே!'

நாராயணன் துணுக்குற்றான். எதற்கு என்னைக் கூப்பிட வேண்டும்? சரி முதலாளியிடம் கேட்டுவிடலாம்.

கை வேலையை விட்டுவிட்டு கை கழுவிக்கொண்டு சாரத்தில் ஏறிச் சென்று முதலாளியைச் சந்தித்தான்.

'வாய்யா, நாராயணன்.'

'சார்! மன்னிச்சுக்கங்க. லேட்டாயிருச்சு. ஆஸ்பத்திரிக்குப் போக வேண்டியிருந்தது. ஒரு சின்ன விசயம் கேட்கணுமுங்க உங்க கிட்ட.'

'என்ன?'

'இப்ப போலீஸ் வந்திருந்தாங்களாமே? என்னை கூப்பிட்டீங் களாமே?'

அந்தப் பையன் யோசித்தான்! முதலில் சொல்லவேண்டாம் என்றுதான் முடிவு செய்திருக்கவேண்டும். ஒருமுறை நாராயணன் முகத்தைப் பார்த்தான். தெளிவாக, களங்கம் இல்லாமல் இவனது பார்வையைச் சந்திக்கும் கண்கள்! இவன் எப்படி பழைய கேடியாக இருக்க முடியும்? அபத்தம். இவனிடம் சொல்லி விடலாம்! 'இதோ பாரு நாராயணன்! போலீஸ் இன்ஸ்பெக்டர் ஒருத்தர் வந்திருந்தார். என்கிட்ட ஒரு போட்டோ காட்டினார். அதை என்னவோ அசப்பில் பார்த்தால் உன் படம் மாதிரி இருந்ததப்பா. தாடி மீசை எல்லாம் கையால் வரைஞ்சிருந்தாலும் ஜாடை உன்னைப் போல இருந்தது. அவர் வேறு ஏதும் சொல்லாம, 'இந்த ஆளை நீ பார்த்திருக்கியா?'ன்னு கேட்கவுமே, உடனே, 'ஆமாம், இந்த மாதிரி மூஞ்சி உள்ள ஆளு நம்மகிட்ட

வேலை செய்யறான். பேர் நாராயணன்'ன்னு சொன்னேன். உடனே அவர் 'இவன் பழைய கேடி, சார்' அப்படின்னாரு. உடனே நான் சிரிச்சுட்டேன். 'அப்படின்னா நிச்சயமா நம்ம நாராயணனா இருக்க முடியாது. அவன் நம்பகமான ஆசாமி. எனக்கு அவனை நல்லாத் தெரியும்'னுட்டேன்! அவ்வளவு தாம்பா விசயம்!'

நாராயணன் சிரித்த தினுசு! 'நான் வேணும்னா போய் இன்ஸ்பெக்டரைப் பார்த்துட்டு, சந்தேகத்தை தீர்த்துட்டு வந்துர்றேன். சார்!'

'வேண்டாம்! அவரே நாளைக்கு வர்றேன்னார்.'

'திலகத்தையும் கேட்டாரா?'

'ஆமாம். எதுக்குன்னு சொல்லலை. அது வேற கேஸா இருக்கும். திலகம் இன்னிக்கு வரலை!'

'அப்படியா' என்றான்.

'சரி நீ போ, வேலையைப் பாரு! நீ ஒண்ணும் இதைப்பத்தி அனாவசியமாக் கவலைப்படாதே. ஏதோ தப்பிப்போன அடையாளம். உனக்கு இதனால ஒரு தொந்தரவும் வராது. நாளைக்கு வந்ததும் ரெண்டு கேள்வி கேட்பாங்க. சும்மா மாமூலா ஒரு விசாரிப்பு, அவ்வளவுதான்!'

'சரிதான் சார்!'

படி இறங்கும்போது அந்த அருமையான முதலாளிப் பையனை திரும்ப ஒருமுறை பார்த்துக்கொண்டான்!

இந்த வேலைக்கு இன்றில் இருந்து தலை முழுக்கு... நாளை அவன் வரப்போவது இல்லை.

நாராயணனுக்கு வருத்தமாக இருந்தது. எல்லாம் ஓய்ந்துவிட்டது என்று நேற்றுத்தான் நினைத்தான். ஓயவில்லை. கரப்பான் பூச்சி அது. நசுக்க நசுக்க புதுசாக ஒன்று வந்துகொண்டே இருக்கும்.

மறுபடி தலைமறைவை ஆரம்பிக்கவேண்டும். ஊர் மாற்ற வேண்டும். பழக்கமான செயல்தான். ஆனால், சென்ற நான்கு ஐந்து ஆண்டாகச் செய்யவில்லை. முடிந்துவிட்டது; போலீஸ் காரர்கள் மறந்துவிட்டார்கள் என்று நினைத்தான்.

ஆனால், இந்த முறை ஒரு சோகம். அவன் புதிய சினேகிதி திலகம்! அவனது மாறிய வாழ்க்கையில் ஒரு புதிய அத்தியாயத்தைத் தொடங்கி வைத்த அழகான சித்திரம்!

'ஒரு காப்பி சாப்பிட்டுவிட்டு வரேன் அண்ணே' என்று அந்த இடத்தைவிட்டுப் புறப்பட்டான்.

மெல்ல நிதானமாக நடந்தான்.

யோசித்தான்.

முதலாளிக்கு என் முகவரி தெரியாது. எனவே கவலையில்லை. உடனே என்னைத் தொடர்கிற கவலை இல்லை.

தாடியை எடுத்து விடலாமா? ஆபத்து!

ஊர் மாற்றலாமா? எந்த ஊர்? மறுபடி பம்பாய்? மறுபடி துறைமுகமா!

எண்ணெயும் ஈரமும் தரையில் படர்ந்த பாதையில் பாதி இருட்டில் மஸ்தான் என்பவனுடன் சண்டையிட்ட ஞாபகம் வந்தது. மறுபடி அந்த வாழ்க்கையா?

பம்பாயில் நல்ல முறையில் பிழைக்க எவ்வளவோ சந்தர்ப்பங்கள் இருக்குமே! முயன்று பார்க்கலாமே.

முதலில் பம்பாய் செல்லத்தான் வேண்டுமா? சென்னையிலேயே பதிந்திருந்தால் என்ன!

திலகத்திடம் எல்லாவற்றையும் சொல்லிவிட்டு அவளை யோசனை கேட்கலாமா?

வேண்டாம். அவசரப்படாதே!

திலகத்துடன் ஓடிப்போய்விடலாம். திலகத்துடன் சென்னையிலேயே தங்கலாம். திலகத்தை உடனே விவாகம் செய்து கொள்ளலாம். திலகத்திடம்...

எல்லா நினைவுகளிலும் திலகம்தான் இருந்தாள். முதலில் மைலாப்பூர் சென்று அவளைப் பார்க்கலாமே என்பதுவரைதான் தீர்மானித்தான் பஸ் ஏறினான்.

ஃபாரன்ஸிக் சயன்ஸ் லாபரட்டரியின் வாசலில் தர்மலிங்கம் சீருடையில் இல்லாத மற்றோர் அதிகாரியிடம் சிரித்துப் பேசிக் கொண்டிருந்தார்.

'ரிமார்க்கபிள்! எங்க சார் பிரிண்ட்ஸ் கிடைச்சுது!'

'அதிருக்கட்டும். விரல் அதேதானே! புண்ணியகோடியுடைய விரல் ரேகைதானே?'

'சந்தேகமே இல்லை! சுழலுக்கு சுழல் ஒத்துப் போறது. வரிக்கு வரி அதேதான். எப்படி, லேட்டஸ்ட் பிரிண்ட்ஸ் ஏதாவது எடுத்தீங்களா?'

'இல்லை! அந்த ப்ரிண்ட் மஸ்டர் ரோலில் இருந்து எடுத்தது. ஒரு ஆள்மேல் சந்தேகப்பட்டு, அவன் கூலி வேலை செய்யற கட்டடத்தில் சம்பளப் பட்டுவாடா காகிதத்தில் இருந்து எடுத்தது!'

'இவன்தான், கொஞ்சம்கூடச் சந்தேகம் இல்லை. கடவுளோ மனுசனோ இந்த விரல் ரேகைகளை மட்டும் மாற்ற முடியாதுங்க!'

'ரொம்ப தாங்க்ஸ்! உங்கள் ட்ரீட்மெண்ட் ரொம்ப ஒத்தாசைங்க!' என்றார் தர்மலிங்கம்!

'ஏங்க! இன்னும் நிறைய இம்ப்ரூவ் செய்யணுங்க. புதுசா எலக்ட்ரான் ஆட்டோகிராஃபின்னு ஒண்ணு வந்திருக்குங்க... நம்ம சருமத்தில் பட்டிருக்கிற விரல் ரேகையைக்கூட அதில் எடுத்துடுவாங்க!'

'வரேங்க!'

தர்மலிங்கம் மிகவும் உற்சாகமாக வெளியே வந்தார்.

புண்ணியகோடியை ஏறக்குறையப் பிடித்தாகி விட்டது. நாளைக் காலை நிதானமாக அந்தக் கட்டடத்தின் அருகில் காத்திருந்து அவன் வந்தவுடன் பிடித்துவிடவேண்டியது. டி.சி.யிடம் சொல்லி விடலாமா? இல்லை, என் சொந்த முயற்சி இது.

வலை விரித்தாகிவிட்டது. பறவை வந்து விழப்போகிறது! ஆர்ப்பாட்டம் இல்லாமல் ஐந்து ஆண்டு காவல் இலாகாவையே திணற அடித்தவன் சுலபமாக அகப்படப் போகிறான்.

தர்மலிங்கத்திற்கு நாளை மாலை செய்தித்தாள்களின் உயரமான தலைப்புச் செய்திகள் இப்போதே தெரிந்தன!

பழைய கேடி அகப்பட்டான்!

கண்ணி வைத்துப் பிடித்தார்கள்...

இன்ஸ்பெக்டர் தர்மலிங்கம் சென்ற சில தினங்களாக இந்த வழக்கில் மிகவும் ஆர்வம் கொண்டு...

அவசரப்படாதே! நாளைக்கு அப்புறம்தான்! இன்னும் பறவை சிக்கவில்லை!

ஜீப்பை உடனே அந்தக் கட்டடத்துக்கு எடுத்துச் சென்றார். மாலை ஆறரை மணியிருக்கும். எல்லா வேலைகளும் முடிந்து போய் வாட்ச்மேன் மட்டும் இருந்தான். அவனிடம் சென்று 'காலைல எத்தனை மணிக்குப்பா வேலை தொடங்குது?' என்று கேட்டார்.

'ஏழு எட்டு மணிக்குங்க!'

'உனக்கு இங்க வேலை செய்யற நாராயணனைத் தெரியுமா?'

'தெரியாதுங்க!'

'திலகம்.'

'தெரியாதுங்க. மேஸ்திரிக்கு எஜமானருக்கு தெரிஞ்சிருக்கலாம்...'

வாட்ச்மேனை கேட்டால் எப்படித் தெரியும்!

தர்மலிங்கம், பதட்டப்படாதே! ஒரு நாள்தான் பாக்கி. ஏன் உன் இதயம் அனாவசியத்துக்கு படக் படக் என்று படபடக்கிறது. ஒரே இரவு! நன்றாகத் தூங்கு. காலையில் செயல்படு.

புண்ணியகோடி! நான் உன்னைச் சட்டத்தின் பெயரில் செக்ஷன் 41 சி.ஆர்.பி.சி.யின் படி... இரு! பொறுத்திரு தர்மலிங்கம்.

10

நாராயணன் தன் அறைக்குத் திரும்பிவந்தபோது அறை ஆச்சரியமாக மாறியிருந்தது. வெறும் அறையாக இருந்ததை அரை நாளில் வீடு ஆக்கிவிட்டாள். அவளது பொருள்களும் தன் பொருள்களும் கலந்து ஒன்றிப்போய் விட்டதைக் கவனித்தான்.

ஓரத்தில் ஸ்டவ் அடுப்பு பற்றவைத்து சமையலைத் தொடங்கிவிட்டாள். எப்போது நேரமும் கிடைத்து, தண்ணீரும் வந்து, எல்லாத் துணிமணிகளையும் மொற மொற என்று துவைத்து மடித்து வைத்தாளோ, கண்ணாடி ஆணியில் மாட்டப்பட்டு சுத்தமான சீப்புடன் காத்திருந்தது. பத்திரிகைகள் சுத்தமாக மடிக்கப் பட்டிருந்தன. போதாக்குறைக்கு ஒரு திரைச் சீலை. ஓவல் டின் டப்பாவில் சொருகப்பட்ட சில மலர்கள். எங்கே பறித்தாள்?

'கால் எப்படி இருக்கு?'

'பரவாயில்லை. நாளைக்கு ஆறிப்போயிடும்!'

'இந்தக் காலை வெச்சுக்கிட்டே இத்தனை வேலையும் செஞ் சேன்னா, உடம்பு நல்லா இருந்தா உன்னை கட்டிப் பிடிக்க முடியாது போலிருக்கே!''

'கட்டிப்பிடிக்கத்தானே எல்லாப் பயலுகளும் அலைஞ்சாங்க!' என்று கண்சிமிட்டிச் சிரித்தாள். அவனும் சிரித்தான்.

'நான் விடுவேனா! ஒரே ஒரு ஆளுக்காகத்தான்யா நான்!' என்றாள்.

நாராயணனுக்கு உள்ளே துடித்தது. அவன்மேல் ஆசையா? பெண்ணே நானும் அப்படித்தான்!

'நாளைக்குக் காலை நானும் உன்கூட வந்துர்றேன்யா! என்னால நாள் பூரா இந்தமாதிரி வீட்டில் உட்கார்ந்திருக்க முடியாது. போர் அடிக்குது.'

'திலகம்! நாளைக்கு நான் வேலைக்குப் போக மாட்டேன்!'

'ஏன்?'

'வேலையை விட்டுட்டேன்!'

'ஏன்!'

ஏன்? இப்போது புண்ணியகோடியின் சாமர்த்தியம் தேவையாக இருந்தது!

'உனக்காக!' என்றான்.

'எனக்காகவா? புரியறமாதிரிச் சொல்லுய்யா.'

இப்போது பொய் உறுதிப்பட்டு சரமாரியாக வெளிவந்தது.

'காலைல போனேனா? ஆஜர் எடுக்கறபோது 'திலகம் எங்கே?'ன்னு என்னைக் கேட்டாங்க. 'அதால வரமுடியலை. காலில் அடிபட்டுக் கட்டுப்போட்டு இருக்கு'ன்னேன். உடனே மேஸ்திரி 'அந்தப் பெண்ணைப் பார்த்தால் காலைல இருந்து வேலைக்கு வர வேண்டாம்னு சொல்லிடு'ன்னார். எனக்கு வெறுப்பாப் போச்சு. 'ஏன், மேஸ்திரி, இது எப்படி நியாயம்? ஒரு பொம்பளை உடம்பு சுகமில்லாமல் ஒரு நாள் வரலைன்னா அதுக் காக உடனே வேலையை விட்டு நிறுத்திர்றதா'ன்னு கேட்டேன்! அதுக்கு அந்த ஆள் என்ன சொன்னான் தெரியுமா, திலகம்...'

'என்னவாம்?'

'வேண்டாம், அந்தப் பேச்சே வேண்டாம்.'

'பரவாயில்லை. சொல்லு!'

'அவளை நிறுத்தறது அதுக்காக இல்லை, நாராயணா. அவளைப் பத்தி நாங்கள் கேள்விப்படறது நல்லால்லே! அவள் நடத்தை நல்லால்லே!' அப்படி இப்படின்னு ஆரம்பிச்சான்! சட்டையைக் கொத்தாப் புடிச்சுக்கிட்டேன். 'மேஸ்திரி! நீ வேலையை விட்டு நிறுத்தறதுக்கு வேற ஏதாவது காரணம் சொல்லு! ஆனால், அபாண்டமா கதை மட்டும் சொல்லாதே! அந்தப் பொண்ணு எப்படிப்பட்ட பொண்ணுன்னு எனக்குத் தெரியும்'னேன். 'ஆமாம். தெரியும். நீயும்தானே அவளை வெச்சுக்கிட்டிருக்கே...' அப்படின்னு ஆரம்பிச்சானே பார்க்கணும்! உடனே விட்டேன் பாரு! புரட்டிப் புரட்டி எடுத்துட்டேன்!'

அவள் மானசீகமாக அந்தச் சண்டையை புன்னகையுடன் ரசிக்க,

'மேஸ்திரி குய்யோ முறையோன்னு கத்திட்டு எஜமான்கிட்ட சொல்ல, அவர் வந்து, 'என்ன நாராயணா! இந்த அடி அடிக்க லாமா?'ன்னு என்னைச் சத்தம் போட்டார். 'த பாருங்க, திலகம் இங்க வருவாள்னா நான் வேலைக்கு வர்றேன்! இல்லைன்னா நானும் நின்னுக்கிறேன்'னு நான் அடிச்சுச் சொல்லிட்டேன்!'

'விட்டுட்டியா! அடப்பாவி! என்னை எவன் என்ன சொன்னால் உனக்கென்னய்யா!'

'ஆ! அப்படி சுலபமாச் சொல்லிற முடியுமா திலகம்?'

'ஏய்யா, நீ என்னை லவ் பண்றயா?' என்றாள் திலகம்.

'ஆமாம் திலகம்!' என்றான் வெட்கத்துடன்.

'சரிதான், அப்ப ரெண்டு பேருக்குமே வேலை போச்சா!'

'வேலை என்ன வேலை! சுண்டைக்காய்! நான் உனக்கு எட்டூரிலே வேலை வாங்கித் தரேன், வா, திலகம், மெட்ராஸை விட்டுட்டு நாம ரெண்டு பேரும் வேற ஊர் போயிடலாமே?'

'அதுகூடச் சரிதான். ஆனால்...'

'ஆனால் என்ன?'

அவள் யோசித்து, 'வேண்டாம்யா! இந்த ஊர்லயே இருக்கலாம்! என்றாள்.

'நீ சொன்னால் சரி! அப்புறம் திலகம்...'

'என்ன?'

'நாம ரெண்டு பேரும்...'

'அதான் ஒண்ணா சேர்ந்து இருக்கப் போறமே!'

'அதில்லை, திலகம். அவுங்கல்லாம் என்ன தீமையாப் பேசி னாங்க? அதுக்காகத்தான், நீ கல்யாணமானவன்னு தெரிஞ்சி ருந்தால் அந்தப் பேச்சுப் பேசியிருப்பான்களா...'

'சுத்தி வளைச்சுப் பேசாதே! இப்ப என்ன சொல்றே? நான் கல்யாணம் செஞ்சுக்கணும்கிறியா?'

'நாம்!'

'அதாவது உன்னை நான்!'

'ஆமாம்!'

அவள் சிரித்து, 'அதுக்கென்னய்யா அவசரம்? ஊரானுங்க ஏதோ பேசறான்னு உடனே கல்யாணம் செய்துக்கிறதா? அது சரி, கல்யாணம்கிறது என்ன சும்மாவா? கல்யாணம் செய்துக்கறதுக்கு நீ எவ்வளவு பணம் காசு வெச்சிருக்கே?'

'பணம் என்ன, சுலபத்தில் சம்பாதிச்சுடுவேன்.'

'எப்படி, திருடியா!'

'இல்லை, உழைச்சு!'

'அதுக்காக அய்யா ஒண்ணும் தீவிரமா முயற்சி செய்யறாப்பல இல்லையே! இருக்கிற வேலையையும் போக்கிட்டில்ல வந்திருக்கே! இதப் பாருய்யா, கல்யாணத்துக்கு ஒண்ணும் அவசரம் இல்லே! என்ன குடிமுழுகிப் போச்சு? இப்ப உன்னை யாராவது, 'இந்த பொம்பளை யாரு'ன்னு கேட்டா 'என் மனைவி'ன்னு சொல்லிக்கயேன்! என்னை யாராவது கேட்டா 'தாலி கட்டின புருசன்'கிறேன்!'

'ஆனா என்னைக்காவது ஒரு நாள் மெய்யாகவே கல்யாணம் கட்டிக்கவேண்டாமா?'

'அது அப்புறம். முதல்ல கொஞ்சம் சம்பாதிக்கலாம். அடுத்த வேளைச் சோத்துக்கு லாட்டரி, கல்யாணமாம் கல்யாணம்! வாய்யா! வந்து சாப்பிடு. வெளி ஆளுங்களைப் பொருத்தவரை நானும் நீயும் புருசன் பொண்சாதிதான்யா!'

நாராயணனின் உள்ளே உற்சாகம் பொங்கியது. கூடவே ஓர் உறுத்தல். அந்த போலீஸ் விசாரிப்பு. சே! என்னை எப்படி இவ்வளவு பெரிய நகரத்தில் கண்டுபிடித்தார்கள்!

இருந்தும், அவன் உள்ளுணர்வு இந்த நகரத்தை விட்டு விலகிச் செல்வதுதான் உத்தமம் என்று சொல்ல, அந்தப் பெண்ணின் பாசம் அவனை இங்கேயே நிறுத்தியது. சட்டென்று உதறிவிட்டு ஓடிவிடலாமா? ஆனால் பாவம், திலகம் தனியாக என்ன செய்வாள்? அவளுக்குப் பாதுகாப்பு தேவையாக இருக்கிறது.

திலகத்தின் சமையல் நன்றாக இருந்தது. மெலிதாக மசாலா வாசனையுடன் ஒரு குழம்பு வைத்திருந்தாள். அதில் முட்டை மிதந்தது. அவள் ஆக்கியிருந்த சோறு இரண்டு பேருக்கும் சரியாகப் போதுமானதாக இருந்தது.

சாப்பிட்டு முடிந்ததும், வெளியே சற்று தூரம் நடக்கலாம் என்றாள். அவன் தயங்கினான். இருந்தும் கடற்கரைப் பக்கம் போகலாம் என்று தோன்றியது.

நேராக நடந்து பாலம் கடந்து சாந்தோம் சர்ச் மூலம் கடற்கரைச் சாலையில் நுழைந்து மணலில் இருட்டில் உட்கார்ந்தார்கள்! அவள் உடலின் விளிம்பு வெளிச்சம் பின்னணியில் பெரிதாகத் தெரிய, 'சொல்லிவிடலாமா? புண்ணியகோடியாகச் செய்த பாவங்கள் அத்தனையும் சொல்லிவிடலாமா?'

வேண்டாம். பொறு!

ஆனால், கல்யாணத்துக்கு முன்பு நிச்சயம் சொல்லிவிடவேண்டும். ரிஜிஸ்தர் கல்யாணம் என்கிறார்களே, அதற்கு எவ்வளவு செலவு ஆகும்?

'வெளி ஆளுங்களைப் பொருத்தவரையிலும் நானும் நீயும் புருசன் பெண்சாதிதான்யா?' மனத்தில் கல்யாணம் செய்துகொண்டு விட்டோம்; எதற்காகச் சடங்குகள்?

கல்யாணம் ஆகிவிட்டது என்றால், இன்றைக்கு முதல் இரவா?

'திலகம்! வா திரும்பப் போயிடலாம். அப்புறம் ரொம்ப லேட்டாயிரும்.'

ஓர் ஓரத்தில் தன் பாயை விரித்து, சிக்கனமாகத் தலையணையை அமைத்தாள். எதிர் ஓரத்தில் அவன் படுக்கையை விரித்தாள். 'படுத்துக்கய்யா எனக்குத் தூக்கம் வருது!'

அவனுக்குத் தூக்கம் வரவில்லை. அவன் எதிர்பார்த்தது நிகழ வில்லை. படுத்துக்கொண்டு சற்று நேரம் பாசாங்குத் தூக்கம் தூங்கி, அப்புறம் எழுந்து தன் படுக்கையில் வந்து படுத்து விடுவாள் என்று எதிர்பார்த்தான், இல்லை. சத்தமே இல்லாமல் உறங்கினாள்.

இல்லை, விழித்திருக்கிறாள்.

பெண் எப்படி அவளே வருவாள்! அவளது இயல்பான அடக்க நிலையில் ஆண் வந்து கேட்பதைத்தானே விரும்புவாள்? நான் அவளிடம் போகவேண்டும். நான் கேட்கவேண்டும். அதுதான் சரி.

மெல்ல எழுந்து, குறுக்கே நடந்து, தூங்கிக்கொண்டிருக்கும் அவள் எதிரே உட்கார்ந்தான்.

தெருவிளக்கு வெளிச்சத்தில் கொஞ்சம் தெரிந்தாள்.

தெரிந்த அளவுக்கு அவனுள் ஒரு கிறக்கம் ஏற்பட்டது.

கையைக் கட்டிக்கொண்டு இருந்ததாலும், சேலை விலகி இருந்த தாலும், மேல் பட்டன் விலகி இருந்ததாலும், நிழல் வெளிச்ச வித்தியாசத்தாலும் அவள் மார்பகங்கள் தெளிவாகத் தெரிந்தன. வயிற்றின் இடைவெளியில் பாவாடை நாடா படுத்து இருந்தது. இரண்டு கால்களையும் ஒட்ட வைத்து அவள் படுத்து இருந்ததால் ஏற்பட்ட இடுப்புச் சரிவு எல்லாவற்றையும் நிதானமாகக் கண் களால் வருடினான்.

அவளைத் தொடுவதற்கு அவன் கைகள் துடித்தன.

உடம்பு முழுக்க ஒரு மின்சாரம் பாய்ந்த நிலை ஏற்பட்டது.

மெல்ல, அவளை எழுப்பாமல், மிச்சம் இருந்த மார்புச் சேலையை மெதுவாக விரல்களால், விலக்கினான்.

அவள் நிம்மதியாகத் தூங்கிக்கொண்டிருந்தாள்.

மார்பு ஜாக்கெட்டின் மூலையைச் சற்று இழுத்துப் பார்த்தான்.

அனாவசியக் கொக்கிகள்!

இடுப்பில் நாடாச் சுருக்கு முடியிட்டு 'சுலபம்' என்றது! நிதானமாக வெகுளித்தனமாக அந்தச் சுருக்கை இழுத்தான்.

அந்த முடிச்சு அவிழ்ந்து, இடுப்புப் பாவாடை தளர்ந்தது.

நாராயணனுக்கு புண்ணியகோடியின் பூட்டைத் திறக்கும் லாகவம் ஞாபகம் வந்தது. சத்தமே போடக்கூடாது. விரல் பதியக் கூடாது. மிகச் சன்னமாக, விரல்களால் துளிகூடப் பிசகாமல், புண்ணியகோடி அதில் தேர்ந்தவன்.

இருந்தும், இந்தத் திருட்டில் இதயம் படக் படக் என்றது. ஏறக்குறையக் காதில் கேட்டது. எத்தனையோ பம்பாய்ப் பெண்களை எத்தனை விதத்தில் பார்த்திருக்கிறான். இவள் மட்டும் என்ன பிரத்யேகம்! இவளை அடைவதில் இருக்கும் லேசான அலட்சியத்தாலா?

ஒரு தேர்ந்த கைக்கடிகாரக் கலைஞன் ஹேர் ஸ்பிரிங்கை மென்மையாக விலக்குவது போல் அவள் இடுப்பில் தளர்ந்த துணியை நிதானமாக நீக்கினான். அழுத்தியிருந்த தொடைகள் தெரிந்தன.

மெதுவாக, மிக மெதுவாக அவள் தூக்கத்தைக் கலைக்கவே கலைக்காமல், தன் முகத்தை அவளுக்கு மிக அருகே கொண்டு சென்று... அவன் மூக்கின் நுனியின் நுனி அவள் வயிற்றில் ஒரு மயிலிறகுத் தோகையாகப் பட...

சட்டென்று அவன் தலைமயிரைப் பிடித்தது ஒரு கை!

திடுக்கிட்டான்!

'இன்னிக்கு வேண்டாம்யா!' என்றாள் திலகம்.

சட்டென்று தெருவிளக்கு அணைந்துவிட்டது.

திலகம் தன் உடைகளைச் சரிசெய்துகொண்டு எழுந்து உட்கார்ந்தாள்.

'இதப் பாருய்யா... என்னை நீ என்ன வேணா செய்துட முடியும். என்னால் எதிர்க்க முடியாது. உடம்பால எதிர்க்க முடியாது. ஆனால், மனசில் நிச்சயம் எதிர்ப்பேன்; திட்டுவேன். அப்புறம் உன் வாசல் பக்கம் வரமாட்டேன். போயிருவேன். உன் ஆசை அஞ்சு நிமிஷத்தில் தீர்ந்து போயிரும். அதுக்காக நம்ம சிநேகிதத்தை அப்படியே ஒட்ட வெட்டிடணும்னு நீ நினைக்கிறியா? யோசிச்சுப்பாரு.'

'இல்லை, திலகம், நான் உன்னைக் கல்யாணம் செஞ்சுக்க விரும்பறேன்.'

'அப்ப இதுக்கு ஒண்ணும் அவசரமில்லைதானே!'

'இல்லை!'

'நீ என்ன பொம்பளையையே பார்த்தது இல்லையா?'

'பார்த்திருக்கேன்.'

'அப்ப சும்மா படு! ராக் கூத்தடிக்காதே!' என்று சிரித்துக்கொண்டு படுத்தாள். புழுபோல் தன்னைச் சுருட்டிக்கொண்டு, புடைவையால் போர்த்திக்கொண்டாள்.

நாராயணன் சற்றுநேரம் உட்கார்ந்திருந்துவிட்டு வெளியே போய் மொட்டைமாடியில் நின்றான்.

அவனுள் ஒரு விவரம் இல்லாத பயம் உருவாகியது.

என்னை போலீஸார் கண்டுபிடிக்கப்போகிறார்கள். அதற்குள் எப்படியாவது இவளை அடையவேண்டும். தன்னலம் மிகுந்த ஆசைதான். ஜெயிலுக்குச் செல்லப்போகும் பழைய கேடியை கல்யாணம் செய்துகொள்ளச் சம்மதிப்பாளா?

இங்கேயே, இந்த இடத்திலேயே இவளை உதறிவிட்டு விலகிப் போய், மற்றொரு நகரில் மற்றொரு பொந்தில் மறைந்து கொண்டால் என்ன? அதுதான் சரி...

இல்லை!

எத்தனை நாள்தான் இப்படி சட்டத்தில் இருந்து ஓடிப் பதுங்குவது?

என்றாவது ஒரு நாள், 'போதும்!' என்று சொல்ல, நின்று நிலைக்க வேண்டாமா?

இவளிடம் ஆதியோடு அந்தமாக எல்லாவற்றையும் சொல்லிவிட்டால் என்ன?

என்னை புண்ணியகோடியின் திருத்தின அவதாரமாக இவள் ஏற்றுக்கொள்வாளா?

நிச்சயம் மறுத்துவிடுவாள்!

'உடம்பால் எதிர்க்க முடியாது! மனசால எதிர்ப்பேன்!'

அவள் உடம்புதான் வேண்டும் என்றால், இதோ இப்போதே உள்ளே செல்! அவளை அடை! ஒரே ஒரு தரம்! அப்புறம் ஓடு! உன் ஓட்டத்தைத் தொடர். நிற்காதே ஓடு!

இப்போது என்ன நிகழ்ந்துவிட்டது. போலீஸ் விசாரிச்சிருக்காங்க. அவர்கள் என்னைக் கண்டுபிடிப்பார்கள் என்பது என்ன நிச்சயம்? அவசரப்படாதே, இன்னும் ஏதும் நிகழவில்லை. இன்னும் உனக்கு திலகத்திடம் ஒரு வாய்ப்பு இருக்கிறது. பொறு! பொறுமை முக்கியம்.

மறுபடி உள்ளே சென்று அவளது பக்கம் திரும்பாமல் படுத்தான்.

11

தர்மலிங்கம் மணியைப் பார்த்துக்கொண்டார்.

காலை ஒன்பது. இன்னும் அந்த நாராயணன் வேலைக்கு வரவில்லை.

எதிரே கட்டட வேலை சுறுசுறுப்பாக நடந்து கொண்டிருந்தது. அவர் கண்கள் சாலையை அடிக்கடி வருடின. தாடி வைத்த ஆசாமி யாராவது வருகிறானா என்று.

ஒரு போலீஸ் ஆபீசருக்கு காத்திருப்பது பழக்கப்பட்ட விஷயமே. எத்தனை நாட்கள், எத்தனை மணி நேரங்கள், எங்கெங்கெல்லாம் காத்திருந்து இருக்கிறார். வீட்டு வாசல்களில், படிகளில், ஆஸ்பத்திரியில்.

'எனக்கு பயமா இருக்குதுங்க! என் கையைப் பிடிச்சுக்கங்க!'

தர்மலிங்கம் தன்னை உலுக்கிக்கொண்டு மனைவியின் நினைவுகளை உதறி மறுபடி சாலையில் கண்ணோட்டினார்.

ஏன் இன்னும் அவன் வரவில்லை? எட்டு மணிக்கு வேலைக்கு வந்து விடுவான் என்று சொன்னார்களே! ஒரு வேளை அவனுக்குத் தகவல் தெரிந்து உஷாராகிவிட்டானா? பறவை மறுபடி தப்பிவிடப் போகிறது! உள்ளே போய் விசாரிக்கலாம்.

'இங்கேயே இருங்க. ஜீப்பை மர நிழலில் கொண்டுபோய் நிறுத்துங்க. நான் போய் உள்ளே விசாரிச்சுட்டு வர்றேன். தாடி வெச்ச ஆள் வந்தால் கொஞ்சம் கண்காணிங்க. ஓட முயற்சி செய்தால் துரத்திப் பிடிச்சிருங்க' என்று கான்ஸ்டபிளிடம் சொல்லிவிட்டு கட்டடத்தை நோக்கி நடந்தார்.

'வரணும் சார். வரவேண்டியவன்தான் இன்னும் வரலை. என்ன செய்யச் சொல்றீங்க' என்றான் அந்த இளைஞன்.

'உங்க பேர் என்ன?'

'பிரகாஷ்!'

'பிரகாஷ். அந்த ஆள் நேத்திக்கு அப்புறம் வந்தானா?'

அவன் சற்று யோசித்தான்.

'தயங்காமல் சொல்லுங்க. போலீஸ்காரங்ககிட்ட பொய் மட்டும் சொல்லாதீங்க.'

'வந்தான் சார்.'

'அவங்கிட்ட நாங்கள் அவனைத் தேடிக்கிட்டு வந்த விவரத்தை சொன்னீர்களா?'

மறுபடி தயக்கம்.

'சொன்னீங்க. அப்படித்தானே.'

'ஆமாம்.'

'ச்ச்ச்... காரியத்தைக் கெடுத்துட்டீங்க. ஏன் சார், நான் ஒண்ணும் சொல்லவேண்டாம்னு குறிப்பா உங்ககிட்ட சொல்லிவிட்டுத் தானே போனேன்.'

'அந்த ஆள் நீங்கள் நினைக்கிற கேடி இல்லைங்க. நிச்சயம் எனக்குத் தெரியும்ங்க.'

இன்ஸ்பெக்டர் கோபத்துடன், 'அதைத் தீர்மானிக்கவேண்டியது நாங்கள் மிஸ்டர் பிரகாஷ். நீங்கள் கொடுத்த மஸ்டர் ரோலில் அவன் விரல் ரேகை இருந்ததுல்லே; அதை வெச்சுப் பொருத்திப் பார்த்துட்டம். அதே ஆள்தான்னு ஊர்ஜிதமாய்டுச்சு. இப்ப என்ன சொல்றீங்க?'

அவன் அயர்ந்துபோய், 'அப்படியா, நம்பவே முடியலைங்க' என்றான்.

'அவன் பேர் நாராயணன் இல்லே. புண்ணிய கோடி. முப்பத்தாறு குற்றங்கள் செய்திருக்கிறான். மூணு முறை சிறையில் இருந்து தப்பிச்சிருக்கிறான். ஒரு ஆளுடைய சாவுக்குக் காரணமாக இருந்திருக்கிறான்.'

'ஆளைப் பார்த்தால், அவன் என்கிட்டே வேலை செஞ்ச நல்ல முறையைப் பார்த்தால், அவன் பழகின விதத்தைப் பார்த்தால், அப்படிச் சொல்லவே முடியாதுங்க.'

'ஆளைப் பார்த்து எவனையும் நம்பாதீங்க. நீங்கள் இனிமேல் பார்க்க முடியாது. இனி வரமாட்டான். எனக்கு நிச்சயம் தெரியும். பறந்துவிட்டான்' என்றார், விரக்தியுடன். 'அவன் வீட்டு விலாசம் உங்ககிட்ட கிடையாதுன்னு நேற்று சொன்னீங்க.'

'ஸாரி சார், நான் கேட்டு வெச்சுக்கலை. இருங்க, நம்ம ஒர்க்கர்ஸ் யாருக்காவது தெரியுமான்னு கேட்டுப் பார்க்கிறேன்.'

'எனக்கு நம்பிக்கையில்லை. அவன் ஜாக்கிரதையான ஆசாமி. இந்நேரம் ஊரை விட்டுக்கூடக் கிளம்பியிருப்பான்.' தர்மலிங்கம் ஆத்திரத்துடன் தன் கையை குத்திக்கொண்டார். 'சட்! தாழி உடைஞ்சு போச்சு. வரேன். எதுக்கும் அவன் வந்தால், வர மாட்டான், உடனே எனக்கு மறைமுகமாத் தகவல் சொல்லுங்க.'

'சரி, சார்!'

வெளியே வந்த தர்மலிங்கம், 'ஓட்டுய்யா ஜீப்பை' என்று அதட்டினார்.

'வர்லியா சார்.'

'ம்கூம். ஆள் கண்டுக்கிட்டான். இனி வரமாட்டான்.'

'விலாசம் கிடைச்சுதா...'

'ஆமா கிடைக்குது. விலாசம் காகிதத்தில் எழுதி வெச்சு ஒரு தங்கத் தட்டில் கொடுக்கிறாங்க. போங்க.'

'எங்கே போறது.'

'எங்கேயாவது.'

12

'திருப்புளி, இழைப்புளி ஏதாவது வெச்சிருக்கிறயா?'

'ஒண்ணும் இல்லீங்க.'

'பின்ன எப்படி உனக்குத் தச்சு வேலை தெரியும்னு ஒப்புக்க முடியும்?'

'வேலை கொடுத்துப் பாருங்க. இது மாம் பலகை, இது தேக்கு, இது பிள்ளை மருது.'

'இதப் பாரு, இந்தச் சட்டத்தில் இந்த ஆணியை அடி, பார்க்கலாம்.'

நாராயணன் சரியான சுத்தியைத் தேர்ந்தெடுத்தான்.

'டக்... டக்'

ஆணியின் மண்டையில் செங்குத்தான இரண்டு அடி. செம்மையாக உள்ளே இறங்கியது.

'நீ தச்சன்தான்யா. ஒரு ஆள் ஆணி அடிக்கிறதைப் பார்த்தே தச்சனா இல்லையான்னு தெரிஞ்சுக்கிடுவேன். ட்ராங்கி படிப்பியா?'

'தெரியுங்க!'

'இதாரு?'

'சம்சாரம்ங்க! அடுத்த வேளைச் சோத்துக்கு இல்லாமக் கஷ்டப் படறம்ங்க! பார்த்து வேலை குடுங்க!' என்றாள் திலகம்.

'சரி, வேலைக்கு வந்துரு! தினம் அஞ்சு ரூபா!'

'சரிங்க' என்று சொல்ல ஆரம்பித்தவனைத் தடுத்தாள்.

'வர்றேங்க. கட்டுப்படியாகாதுங்க! பத்து ரூபாயாவது இருந்தாத் தான் சரிப்படுங்க!'

'அதெப்படி? ஆள் புதுசு! வேலை எப்படின்னு தெரியாம எப்படி அவ்வளவு கூலி கொடுக்க முடியும்!'

'வேலையைப் பார்த்துக்கிட்டுக் கொடுங்க' என்றாள் திலகம்.

'வேண்டாம்மா!'

'அப்ப வர்றேங்க! வாய்யா!'

திகைத்து அவளுடன் நடந்தான். 'என்ன திலகம்!' என்றான்.

'பேசாமல் நடய்யா! அந்தாளு திரும்பக் கூப்பிடறானா இல்லையா பாரு!'

பத்தடி நடந்ததும் 'யோவ்! ஏழரை ரூபா வெச்சுப்பியா! கடைசியாச் சொல்லு' என்று கூப்பிட்டார் கடைக்காரர்.

'பாத்தியா! நான் சொன்னேன் இல்லை!' என்று திரும்பினாள்.

'சரியான பொம்பளையைக் கட்டிருக்கய்யா!'

திலகம் அவனைப் பார்த்துச் சுதந்தரமாகச் சிரித்தாள்.

'ஒழுங்கா வேலை செய்யி, போட்டுக் குடுப்பாரு!'

'கீதா ஃபர்னீச்சர் மார்ட்' வசதியாகச் சந்தில் ஒளிந்திருந்தது. அதன் பின்புறத்தில் ஷெட் போட்டு அதில் தச்சு வேலை நடந்து

கொண்டிருந்தது. சரியான இடம். தற்போது புதைந்து மறைந்து கொள்ள ஏற்ற கடை வேலை. கூலி. மறுபடி வாழ ஒரு விளிம்பு. மறைந்திருக்க ஒரு சின்னத்தீவு.

'திலகம்! நீ வீட்டுக்குப் போயிரு! நான் வேலையை முடிச்சிக் கிட்டு சாயங்காலம் வந்துர்றேன்!'

'அதெப்படி? நீ வேலைக்குப் போயி, நான் சும்மா இருக்கறதா? வேற எங்கயாவது கூலி வேலை கிடைக்குதான்னு பார்க்கறேன்!'

'அவசரமில்லை, திலகம்! இன்னிக்கு வேண்டாம். ஏழரை ரூபா நமக்குப் போதும், நான் சொல்றதைக் கேளு!

அவள் சென்றதும் தன் வேட்டியை டப்பா கட்டு கட்டிக் கொண்டான். சட்டையை அவிழ்த்துத் தொங்க வைத்தான். பென்சில் கேட்டான். ரம்பத்தைத் தேடினான். ஸ்கேல் எடுத் தான். வரைபடத்தைப் பார்த்தான்.

கட்டையைத் தேர்ந்தெடுத்து வரைந்தான். கும்பிட்டான். தொடங்கினான்.

உதவிக் கமிஷனருக்கு விறைப்பாக சல்யூட் அடித்துவிட்டு தர்மலிங்கம் நின்றார்.

கமிஷனர் அவர் கொடுத்த ரிப்போர்ட்டை நிதானமாகப் படித்தார். நிமிர்ந்தார்.

'ஆள் மெட்ராஸ்லதான் இருக்கணும்னு நினைக்கிறீங்களா? ஒரு நாள் ஆயிடுச்சே!'

'ஆமாம், சார்! இருந்தாலும், சென்ட்ரல், எக்மோர், மேலும் பஸ் நிலையங்களுக்குத் தகவல் கொடுக்கறதுக்கு ஏற்பாடு செஞ்சுட் டேங்க... ஆள் அடையாளமும் கொடுத்திருக்கு. டிவிஷன்ல எல்லா ஸ்டேஷனுக்கும் கொஞ்சம் தீவிரமா முயற்சி பண்றதுக்கு நீங்கள் ஆர்டர் கொடுத்துட்டீங்கன்னா...'

'செய்திடலாம்... ஏறக்குறைய பிடிக்கிற லெவலுக்கு வந்துட் டீங்களே!'

'இல்லை சார், இன்னும் இல்லை... தப்பிச்சுருவான்னு அச்சமா இருக்குது!'

'கவலைப்படாதீர்கள்... உடனே செயல்படலாம். நீங்க இன்னொண்ணு செய்யலாம் தர்மலிங்கம்.'

'சார்!'

'இந்த சைக்கிள் ரிக்ஷா கோணத்தைக் கொஞ்சம் தீவிரமாக விசாரிக்கலாம். அன்னிக்கு ராத்திரி அவங்க ரெண்டு பேரையும் ஏத்திக்கிட்டுப் போனானே, சைக்கிள் ரிக்ஷாக்காரன். அவனைத் தேடிக் கண்டுபிடிக்க முடியுமா பாருங்க. ஏதாவது தகவல் தெரியும்!'

'நிச்சயம் சார்! உடனே செய்யறேன்.'

'சரி! ஆளு சிட்டியில் இருக்கான்னு தெரியுது.'

'இருக்கலாம்னு தெரியுது சார்!'

'குட் ஒர்க்!'

'இன்னும் முடியலையே, சார்'

'முடிஞ்சிடும். கீப் இட் அப்.'

தர்மலிங்கம் மறுமுறை சல்யூட் அடித்துவிட்டுப் புறப்பட்டார்.

13

மாலை திலகம் பூ வைத்துப் பொட்டுவைத்துப் பளிச்சென்று காத்திருந்தாள்.

'இந்தா டீ, குடி.'

'அட, அதுக்குள்ள ஒரு ஓட்டலே வெச்சுட்டியே.'

டீயை வாங்கும்போது அவன் விரல்கள் பட்டபோது அவள் மதிக்கவில்லை.

இந்தச் சேலை புதுசாகக் கட்டியிருக்கிறாள். மெலிதான சேலை. எனக்காக அலங்காரம் செய்துகொண்டிருக்கிறாள். விநோதப் பெண். கிட்டியும் கிட்டாதவள். தொட்டும் தொடாதவள். ரத்தத்தில் ஒரு தற்காப்பு இருக்கிறது. சிந்தனையில் ஒரு தெளிவு இருக்கிறது.

'களைச்சு வந்திருக்கே, இந்தா துண்டு. முகங் கழுவிக்கிட்டு வேறு சட்டை போட்டுக்கிட்டு வா... வெளிய போவலாம். சினிமா பார்க்கலாம்.'

நாராயணனுக்குச் சற்று அச்சமாக இருந்தது. மாலை வேளைகளில் வெளியே செல்வது நல்லதல்ல. 'ராத்திரி போகலாம் திலகம்.'

'ஏன்?'

'கொஞ்சம் அசதியா இருக்கு.'

'சரிதான். உழைச்சிருக்கே. மறந்தே போய்ட்டேன்.'

'இந்தா கூலி, ஏழரை ரூபா.'

'எனக்கு எதுக்கு? நீயே வெச்சுக்க.'

'இல்லை, நீதானே வீட்டுக்காரி. நீ பார்த்து எனக்குச் செலவுக்குப் பணம் கொடு.'

'எல்லா விதத்திலயும் என்னை உன் பொண்டாட்டியா மாத்தறே.'

'ஒண்ணே ஒண்ணு தவிர.'

'சட். அதுல என்னய்யா இருக்குது.'

'தெரியாமப் பேசறே நீ.'

'சரி சரி. ஆரம்பிச்சா விடமாட்டே நீ.'

'திலகம் இப்பவே சொல்லு, சரின்னு சொல்லு.'

'எதுக்கு?'

'என்னைக் கல்யாணம் செஞ்சுக்கிறதுக்கு.'

'ஆளைப்பாரு, ஏழரை ரூபாயில எவன்யா உனக்குக் கல்யாணம் கட்டிவிடறான்?'

'கோயில்ல போய் மாலை மாத்திக்கிட்டாப் போச்சு.'

'அதெல்லாம் செல்லாது. எனக்குக் கல்யாணம்னா நாலு சனங்க வேணும், நகை வேணும், பட்டுச் சேலை வேணும், தேனிலவு போகணும்!'

'அடி சக்கை! பணக்காரங்க ஆசையெல்லாம் வெச்சிருக்கே. சரி. நான் இனிமேல் சேர்த்து வெக்க ஆரம்பிக்கவேண்டியதுதான். என்ன?'

சிரித்து மழுப்பினாள்.

'திலகம், உண்மையாச் சொல்லு. உனக்கு இதெல்லாம் ஆசை யில்லைதானே?'

'சொல்லமாட்டேன்.'

'என்னைக் கல்யாணம் கட்டிக்க இஷ்டமா இல்லையா பட்டுனு சொல்லிரு.'

'சொல்றன்யா, வேளை வர்றப்பச் சொல்றேன்.'

'இஷ்டமில்லைன்னா பளிச்சுனு சொல்லிடலாம்.'

'கொஞ்சம் பொறுய்யா. இன்னிக்குத்தான் வேலையே கிடைச் சிருக்கு உனக்கு. உடனே கோட்டை கட்டாதே. த பாரு, உன் கிட்டே ஒரு குணம் ரொம்பப் பிடிச்சிருக்கு. நாணயம். பொய்யில் லாத மனுசன், நீ உழைச்சு சம்பாதிக்கிறதுக்கு மரியாதை கொடுக்கிற மனுசன், நீ...'

அவள் பேசப் பேச அவனுக்கு வெட்கமாகவும் வருத்தமாகவும் இருந்தது. என்ன ஒரு குரூரமான நியாயம், இது. இவளை நான் முன்பே சந்தித்திருந்தால், எத்தனை வித்தியாசமாக என் வாழ்க்கை அமைந்திருக்கும், சே.

'நான் மறுபடி வேலைக்குப் போகத் தீர்மானிச்சுட்டேன்யா.'

'எங்கே?'

'அதே இடத்துக்கு; நாம வேலை செஞ்சுக்கிட்டு இருந்தமே!'

'அங்கே எதுக்கு? அவன்தான் உன்னைக் கடுமையாப் பேசி னான்னு நானே எல்லாத்தையும் உதறிட்டு வந்துட்டேன்.'

'பேசினா? ரெண்டு நாள் கூலி பாக்கி தரவேண்டாமா! அதுக்காக வேலையை விட்டுர்றதா? அவ்வளவு சுலபமா நாமதான் விட்டுர்றதா? நான் போய் கேட்கப் போறேன்?'

நாராயணன் அவசரமாக, 'இதப் பார், திலகம், நீ அங்கே போகக்கூடாது!' என்றான்.

'ஏன்?'

'அவன் உன்னைப்பத்திப் பேசினது நல்லால்ல!''

'என்ன சொன்னான்? வேசின்னானா?'

'அந்த மாதிரித்தான்.'

'என்னை எத்தனையோ சனங்க எவ்வளவோ சொல்லிட்டாங் கய்யா! நான் இதுக்கெல்லாம் அசையற ஆள் இல்லை. நான் போகத்தான் பேறேன்!'

'அங்க போனே எனக்கு... கெட்ட கோபம் வரும்!'

'இதப் பார், சும்மா என்னால ரூம்ல உட்கார்ந்திருக்க முடியாது.'

'வேற வேலைக்குப் போ. அங்க மட்டும் போகாதே!'

'கூலி பாக்கியிருக்கே?'

'நான் போய் வாங்கிவரேன்! நீ போகவேண்டாம்.'

'நீ சொல்றதே விளங்கலை, எனக்கு!'

'இந்த விஷயத்தில மட்டும் நான் சொல்றதைக் கேளு திலகம்! பாக்கி என்ன வேணா செஞ்சுக்க!'

14

தர்மலிங்கம் ஜீப்பில் இருந்து இறங்கி, சோம்பேறித்தனமாக நின்றுகொண்டிருந்த சைக்கிள் ரிக்ஷாக்காரனை அணுகினார். மஞ்சளில் கிறுக்கெழுத்தில் 'சைக்கிள் ரிக்ஷா நிலையம்' என்று எழுதி, ஒரு வேல் பதிந்திருந்தது. போலீஸ் உடையைப் பார்த்ததும் அவர்கள் இருவரும் பரபரப்பானார்கள்.

'யார்யா அது? உன் பேர் என்ன?'

'துரைவேலுங்க!'

'இந்தப் பேட்டையில் இது ஒண்டிதான் சைக்கிள் ரிக்ஷா ஸ்டாண்டா!'

'இல்லீங்க. மரத்தாண்ட ஒண்ணு இருக்குதுங்க.'

'எவ்வளவு தூரம்!'

'இருக்குங்க ஒரு மைல் தொலைவு!'

'இந்தப் பேட்டைல இது ஒண்ணுதானா!'

‘ஆமாங்க!’

‘அங்கே கொடி தெரியுது பார். அதுக்குக் கீழே ஒரு குடிசையில் நாலு நாள் முன்னாடி ராத்திரி ஒரு அடிதடி நடந்தது. ஒரு ஆளும் ஒரு பொம்பளையும் சைக்கிள் ரிக்ஷால கிளம்பி வந்தாங்களாம்...’

‘எனக்கு ஒண்ணும் தெரியாதுங்க. நான் அந்த வம்புக்கெல்லாம் போறதில்லீங்க! டீக்கடையில் கேட்டுப் பாருங்க, துரைவேலு எப்படின்னு...’

ஆயாசத்துடன், ‘யோவ்! உன்னை ஒருத்தரும் சொல்லலை, பயந்து சாவாதே!’

‘எப்படியோ, நான் ஒருத்தரையும் இட்டாரலைங்க.’

‘ஏன்யா நீ?’ என்று அருகில் இருந்தவனைக் கேட்டார்.

‘தெரியாதுங்க!’

‘இந்த ஸ்டாண்டில் வாடிக்கையா வேற யார் இருக்காங்க!’

‘இன்னும் நாலு வண்டி உண்டுங்க! அவுங்கல்லாம் அப்புறம் வருவாங்க!’

அப்போது மற்றொரு சைக்கிள் ரிக்ஷாக்காரன் மிதித்துவர... ‘என்ன சார்! குட்மார்னிங் சார். சாராயக் கேஸா!’ என்றான்.

‘வாய்யா மருதை!’

‘உனக்கு ஏதாவது ஞாபகம் இருக்காய்யா... நாலு நாள் முந்தி ராத்திரி, அதோ பார், அந்த கொடியாண்டை ஒரு குடிசையில...’

‘ஒரு பொம்பளை, ரெண்டு ஆளு... தகராறு வந்து கத்தியால கீறிட்டானே!‘‘

‘அதேதான்!’ என்றார் உற்சாகமாக.

‘நான்தாங்க பஸ் ஸ்டாண்டண்டை கொண்டுவிட்டேங்க! ஒரு தாடி வெச்ச ஆள், ஒரு பொம்பளை, பொட்டி படுக்கையோட!’

‘அவுங்கதான்யா, அவுங்கதான்!’

‘பஸ் ஸ்டாண்டில் விட்டேங்க!’

'பஸ் பிடிச்சுப் போனாங்களா?'

'இல்லீங்க. பஸ் கிடைக்காம ஒரு ஆட்டோ ரிக்ஷாவை நிறுத்தி, அந்தாளோட கெஞ்சிக் கூத்தாடி... அதுல போனாங்க...'

'எங்கே போனாங்க? ஏதாவது காதில பட்டுதா?'

'இல்லை சார்!' என்றான் பிரகாசமாக.

சட்! 'ஆட்டோ எங்கிருந்து வந்தது?'

'எதிர்த்த பக்கத்தில் இருந்து. பஸ் ஸ்டாண்டு தெரியுமில்ல... அங்கேருந்து பார்த்தா, பாலம் தெரியுதில்ல? அங்க இருந்து வந்தது. அதை மடக்கி, திரும்பி அந்த வழியே போனாங்க!'

'அப்ப என்ன மணி இருக்கும். ராத்திரி?'

'ஒம்பதரை, பத்து!'

'சரி வர்றேன்!'

தர்மலிங்கம் அடுத்து அந்த பஸ் நிலையத்தில் வந்து நின்றார்.

பாலம் தெரிந்தது.

அந்த வழியே சென்றிருக்கிறார்கள் என்றால் நகரத்தின் உள்ளே தான் சென்றிருக்கவேண்டும்! இந்தப் பக்கம் அரும்பாக்கம்... இங்கே இல்லை அவன்! நகரத்தில் இருக்கிறான்.

ஆட்டோ ரிக்ஷாவை எப்படிக் கண்டுபிடிப்பது? ஆயாசமாக இருந்தது. நகரத்தில் எவ்வளவு ஆட்டோக்கள் உண்டு! ஒவ்வொருவரையும் விசாரிக்கவேண்டுமா! கேஸ் வழுக்கிக் கொண்டு செல்கிறது.

கையை அள்ளியதில் சிக்கிய மீன் விரல் இடுக்கில் தப்பித்து நகர நதியில் மறைந்துவிட்டது. இப்போது பெரிய, மிகப் பெரிய வலை தேவை. சே! விட்டு விடலாமா! இனி என்ன செய்வது!

வசீகரமாக அவரை இழுத்து அழைத்துக்கொண்டு சென்ற சாலை, சட்டென்று ஒரு சுவரில் நின்றுவிட்டது. திருப்பம் ஏதும் இல்லை. நேரே போனால் முட்டிக் கொள்ளத்தான் வேண்டும்.

திகைத்து நின்றார்.

15

பதினைந்து நாள்.

இந்தப் பெண்ணோடு வினோதக் குடும்பம் நடத்தியாகிவிட்டது.

தின வாழ்க்கையில் ஒரு பரிபூர்ண மனைவி. காலை எழுந்திருந்து காப்பித் தண்ணீர் வைத்து, குளிக்கத் தண்ணீர் கொடுத்து, ஒரு சிறிய டிபன் பாக்ஸில் இட்லியோ, தோசையோ வைத்து அவனை வேலைக்கு அனுப்புவாள். பிற்பகல் சோறு கொண்டு வருவாள். மாலை டீ போட்டுத் தருவாள். அவன் துணிகள் அத்தனையும் துவைத்து மொர மொரவென்று உலர்த்தி வைத்திருப்பாள்.

அறை இல்லை, வீடு அது. வீட்டில் சின்னச் சின்ன அலங்காரங்கள். சதா விவித் பாரதி ஒலிக்கும் ரேடியோ. சாமி படம், முட்டை விளக்கு, சுத்தமாகச் சுருட்டி வைக்கப்பட்ட படுக்கை.

படுக்கை விரித்ததும் அவள் வேறொருத்தி. அன்னியள். முட்டைப் பருவம்போல் தன் சகலங்களையும் சுருட்டி அடக்கிப் படுத்திருக்கும் ஒரு மறுப்பு.

பதினைந்து நாள் என்னை விசாரிக்க எவரும் வரவில்லை. போலீஸார் மறுபடி கைவிட்டிருப்பார்கள். ஏதோ ஒரு சந்தேகத் தின் பேரில் தேடியிருப்பார்கள். தடயங்கள் கிடைக்காமல் நிறுத்திவிட்டார்கள். என் பத்திரம் பாதுகாக்கப்பட்டு விட்டது. தப்பித்துவிட்டேன்.

ஆனால், இந்த நிலை அபாயமானது. பதுங்கி அலுத்துவிட்டது. சந்துக்குள் பின்புறத்தில் இழைத்து இழைத்து, சாதா நாற்காலி கள், குள்ள மேஜைகள் என்று செய்து இருட்டினபிறகு வீடு வந்து... எத்தனை நாள்?

எனக்கு வெளிச்சம் வேண்டாமா? காலார பீச்சாங்கரையில் நடக்க வேண்டாமா? பக்கத்தில் திலகத்துடன் உரசிக்கொண்டு தின் பண்டங்கள் வாங்கித் தின்று, அலைகளில் கால் நனைத்து ஓடிப் பிடித்து...

என்ன செய்வது? கல்யாணத்தைப் பற்றிப் பேச்சே எடுக்க மாட்டேன் என்கிறாளே, கல்யாணம் செய்துகொள்வதால் எந்த மாறுதலை நான் எதிர்பார்க்கிறேன்? அதனால் எனக்கு என் கடந்த காலத்தில் இருந்து விடுதலை கிடைத்துவிடப் போகிறதா? இல்லையே, பின் ஏன்?

கல்யாணம் செய்துகொண்டால் அவள் எனக்கு உரியவள் ஆகிறாள். இந்த அபாயப் பிரதேசத்தில் இருந்து நான் கிளம்பி வேலூர் சென்றால் அவள் என்னுடன் வரவேண்டும். அவள் என்னுடையவள் ஆகிவிடுவாள். இப்போது பாதிதான் உண்மை. எந்த நேரத்திலும் அவள் என்னை விட்டுப் போய்விட முடியும்.

மேலும் இது என்ன வாழ்க்கை? தினசரி இரவுத் தாபம் எடுத்து, எதிரே இருப்பவளைக் கண்கொட்டாமல் பார்த்துக்கொண்டு இருக்க வேண்டிய கொடுமை. இதைத் தீர்த்துவைத்துத்தான் ஆகவேண்டும். அவளைத் தீர்மானமாக இன்று கேட்டுவிடவேண்டும்.

காப்பி பருகிக்கொண்டே இருந்தவன் பாதியில் நிறுத்திவிட்டான்.

'திலகம். இன்னிக்குத்தான் கடைசி.'

'என்னய்யா?'

'இனிமேல் நான் பொறுமையாக இருக்க முடியாது.'

'என்ன சொல்ற நீ?'

'எனக்கு ஒரு பதில் இன்னிக்கு நீ சொல்லித்தான் ஆகணும்.'

'எதுக்கு?'

'நம்ம கல்யாணத்துக்கு.'

'மறுபடி ஆரம்பிச்சாச்சா?'

'இல்லை, திலகம். இந்த மாதிரிப் பாசாங்கு வாழ்க்கை எனக்குப் பிடிக்கலை. சொல்லு, நீ எனக்கு யாரு?'

யோசித்து, 'சிநேகிதம்னு வெச்சுக்கயேன்.'

'என் மனைவியா ஆறதல உனக்கு என்ன தடை?'

மறுபடி நிதானம், தயக்கம். 'அப்புறம் சொல்றேன்.'

'இந்தப் பதிலை நிறைய தடவை கேட்டாச்சு. இப்பவே சொல்லு. ஏதாவது தீவிரமான காரணம் இருந்ததுன்னா நாம பிரிஞ்சிடலாம். திலகம், உனக்கு ஏற்கெனவே கல்யாணம் ஆயிடுச்சா?'

'இல்லை.'

'பின்ன ஏன் தயங்கறே? நான் உனக்கு வேணுமா, வேண்டாமா?'

'வேணும்.'

'எதுக்காக என்னைப் போட்டுச் சித்ரவதை செய்யறே? என் மனசு, உடம்பு எல்லாம் உன்னையே கேக்குது, திலகம். பக்கத்தில் உன்னைத் தூங்க வைச்சுட்டு நான் படற பாடு தெரியுமா உனக்கு?'

அவள் யோசித்து, தீர்மானித்து, மெல்ல பதில் சொன்னாள். 'இன்னிக்கு சாயங்காலம் முடிச்சுடலாம்யா.'

அவ்வளவுதான். அவனுள் ஓர் உற்சாக ஆறு பொங்கியது. இன்னிக்கு சாயங்காலம்! சாயங்காலம்! அவள் கையைப் பற்றி அதை ஒரு தடவை அழுத்திவிட்டு 'வரேன்.' என்று புறப்பட்டான்.

16

தர்மலிங்கம் சட்டென்று கண் விழித்தார்.

இன்னும் அந்தக் கனவு ஞாபகம் இருந்தது.

ஆஸ்பத்திரி. அவசர அவசரமாக ஓடுகிறார். ஒவ்வோர் அறையாகப் பார்த்து, 'என் மனைவி எங்கே? என் மனைவி எங்கே?' என்று கேட்கிறார். 'இருபதில் பாருங்க... முப்பத்தி அஞ்சில பாருங்க' என்று போக்குக் காட்டுகிறார்கள். ஒவ்வோர் அறையிலும் வேற்று முகங்கள். கடைசியில் 'இதோ பார், பார். இதோ இருக்கிறாள் உன் மனைவி' என்கிறாள் ஒரு நர்ஸ். ஓடுகிறார் 'எங்கே? எங்கே?' என்று ஓடுகிறார்... 'அய்யோ! இது பிணவறை.' வெளியே ஓர் ஆட்டோ ரிக்ஷா நின்றுகொண்டிருக்கிறது. 'சவாரி வரதில் லைங்க. ஷெட்டுக்குப் போற டயமுங்க' என்கிறான்.

கண் விழித்துச் சற்று நேரம் படுத்திருந்த படியே விட்டத்தைப் பார்த்துக்கொண் டிருந்தார்.

'சவாரி வரதில்லை, ஷெட்டுக்குப் போற டயங்க.'

திடுக்கிட்டு எழுந்தார்.

சவாரி வரதில்லை, ஷெட்டுக்குப் போற டயம். ஆம். அன்று அந்த ஆட்டோ ரிக்ஷாக்காரர் அந்தத் தாமத ராத்திரியில் வீட்டுக்கு அல்லது ஷெட்டுக்குத்தான் திரும்பிக்கொண்டு இருந்திருக்க வேண்டும். அப்படியெனில்? அந்த ஆட்டோ ரிக்ஷாவின் சொந்தக்காரர் அந்தப் பகுதியைச் சேர்ந்தவராக இருக்க வேண்டும்!

சட்! இதை ஏன் நான் முன்னமே யோசிக்கவில்லை. தர்மலிங்கம் விருட் என்று உட்கார்ந்துகொண்டார், பூரண விழிப்பு கண்டு. இத்தனை நாள் அடைப்பட்டு இருந்த சுவரில் ஒரு சின்னச் சந்து கிடைத்திருக்கிறது!

புறப்படு, உடனே!

17

'முதலாளி! அரை நாள் லீவு வேணும்!' என்றான் நாராயணன்.

'எதுக்குய்யா?'

'இன்னிக்கு சாயங்காலம் வீட்டில் ஒரு விசேஷம்!'

'அந்த டேபிளை முடிச்சுட்டியா?'

'இதோ ஆயிரும், முதலாளி!'

'என்ன சந்தோஷமா இருக்கே? பெண்டாட்டி உண்டாயிருக்காளா?'

இனிமேல்தான் அவள் பெண்டாட்டி என்று எப்படிச் சொல்வது? 'அதெல்லாம் இல்லீங்க! கோயிலுக்குப் போகணும்.'

'காலாகாலத்தில் ஒரு புள்ளையப் பெத்துக் கிடுங்க!'

சிரித்தான்.

'நாளைக்கு காலைல வந்துருவல்ல?'

'அவசியம், ஒரு இருபது ரூபா அட்வான்ஸ், முதலாளி!'

'அது வேறயா? இந்தா! போய்ட்டு வா!'

உற்சாகமாகப் புறப்பட்டான்.

இன்றைக்கு எச்சரிக்கைகளை ஒத்திப்போட்டுவிட்டான். தெருவில் விருட் என்று நடந்தான்.

என்ன என்ன வாங்க வேண்டும்? இரண்டு மாலை; ஒரு மோதிரம், சில தின்பண்டங்கள், இனிப்புகள்...

அவளை அழைத்துக்கொண்டு அந்தக் கடற்கரைக் கோயிலுக்குச் செல்லவேண்டும். அஷ்டலட்சுமி, கூட்டமாக இருந்தாலும் பரவாயில்லை. மாலை மாற்றிக்கொண்டு, பிரார்த்தனை செய்துவிட்டு, இருக்கிற சின்னப் பயல்களுக்கெல்லாம் இனிப்பு வழங்கிவிட்டு கடலை நோக்கி நடக்கவேண்டும். சற்று நேரம் அலை ஓசையைக் கேட்டுக்கொண்டு இருந்துவிட்டு, அப்புறம் ஓர் உயர்தர ஓட்டலில் சாப்பாடு. அப்புறம்... முதல் இரவு!

ஒப்புக்கொண்டுவிட்டாள்! இன்றில் இருந்து அவள் பரிபூரண மாக என்னுடையவள். இனி நான் நிஜமாகவே புதியவன். புண்ணியகோடியின் கடைசி அடையாளங்களை மிதித்து அழித்துப் புறப்பட்ட பரிபூர்ண நாராயணன்.

பூக்கடைக்கு முதலில் போனான்.

18

தர்மலிங்கம் அந்த பஸ் ஸ்டாண்டு வழியே ஜீப்பில் சென்றார்.

ஆட்டோ ரிக்ஷா சொந்தக்காரர்களை எப்படித் தேடுவது? இந்தக் குடிசைகளில் நிச்சயம் இருக்க மாட்டார்கள். அதை அடுத்து இருந்த புதிய காலனி, ஏதோ ஒரு பாங்கு ஊழியர்களின் கூட்டுறவுச் சங்கம் கட்டிய நெருப்புப் பெட்டிகள், ம்கூம். இங்கேயும் இருப்பதற்குச் சந்தர்ப்பம் இல்லை.

சாலை நீண்டுகொண்டே சென்றது. கரடுமுர டான களிமண் பிரதேசம். புதிய கட்டடங்கள், பாதிக் கட்டடங்கள். எங்கே விசாரிப்பது? மறுபடி சுவரா?

தர்மலிங்கம் யோசித்தார். சாதாரணமாக ஆட்டோ ரிக்ஷா சொந்தக்காரர்களை எந்த அந்தஸ்தில் எதிர்பார்க்கலாம்? காண்ட்ராக் டர்கள்? ஓட்டல் முதலாளிகள்? பெட்ரோல் பங்க் வைத்திருப்பவர்கள்! ஆம்! முதலில் பெட்ரோல் நிலையத்தில் விசாரிக்கலாம்.

அவர் விசாரித்த இரண்டாவது பெட்ரோல் நிலையத்தில் கொஞ்சம் செய்தி கிடைத்தது. 'இப்படியே நேராப் போனீங்கன்னா ஒரு மைல் தொலைவில் எச்.பி. பங்க் ஒன்னு இருக்குதுங்க. அவரு பத்து ஆட்டோ வெச்சிக்கிட்டு விடறாரு!'

'இந்த ஏரியால வேற யாராவது ஆட்டோ வெச்சிருக்காங்களா?'

'எனக்குத் தெரிஞ்சவரை கிடையாதுங்க!'

அந்த எச்.பி. பெட்ரோல் நிலையத்தில் முதலாளி இல்லை. இரண்டு பையன்களும் கண்ணாடிக்கு உள்ளே கணக்கு எழுதும் வயோதிகரும் இருந்தார்கள்.

'எங்கய்யா முதலாளி?'

'இல்லைங்க.'

'எப்ப வருவாரு?'

'மூணு மூணரைக்கு வருவாங்க.'

'எங்கே! அவர் ஆட்டோவெல்லாம் எங்கே?'

'எல்லாம் டிரைவருங்க எடுத்துட்டுப் போயிருக்காங்க.'

'எல்லா வண்டியும் எப்ப வரும்?'

'ராத்திரி ஒம்பதரை பத்துக்குள்ள கொண்டுவந்து விட்டுருவாங்க! அப்புறம் நைட் ஆளுங்க வருவாங்க. ரெண்டு மூணு வண்டி எடுத்துப் போவாங்க!'

'ஒம்பதரைக்கு வந்தால், எல்லா வண்டியும் வந்துரும் இல்லையா?'

'அப்படித்தாங்க. நீங்க எதுக்கும் அக்கவுண்டண்ட் ஐயரு உக்காந் திருக்கார் பாருங்க, அவரையும் கேட்டுடுங்க! இல்லைன்னா. சும்மா நம்ம மேல பாய்வாரு, முதலாளி'

'பயப்படாதே! நான் அப்புறம் வர்றேன்.'

'எதுக்கும் அவர்கிட்ட ஒரு வார்த்தை சொல்லிடுங்கய்யா!'

'சரி, சொல்லிட்டுப் போறேன்.'

ராத்திரி ஒன்பதரைக்கு வரவேண்டும் என்று தீர்மானித்துக் கொண்டு புறப்பட்டார் தர்மலிங்கம்.

19

'என்னய்யா சீக்கிரம் வந்துட்டே?'

நாராயணன் அந்த பொட்டலங்களை ஒவ்வொன்றாகத் தரையில் வைத்துவிட்டு முகத்தைத் துடைத்துக்கொண்டான்.

'என்ன இதெல்லாம், பூவு! பொட்டலம்! ஏதாவது பூஜையா!'

'திலகம், நீ இப்ப என் கூட வரே!'

'எங்கே?'

'அஷ்டலட்சுமி கோயிலுக்கு.'

'வந்து?'

'அங்கே நாம ரெண்டு பேரும் மாலை மாத்திக் கப் போறம். அய்யரை வெச்சுட்டு பூஜை மந்திரம் எல்லாம் சொல்லிட்டு... இதப் பார், இனிப்பு. இதை அங்க எல்லாருக்கும் கொடுத்துட்டு... கை கோத்துக்கிட்டு...'

'என்னய்யா, இது? கல்யாண ஏற்பாடா?'

'ஆமாம்!'

'சினிமால வர்ற மாதிரியா! அஞ்சு நிமிஷ வேலையா? யோவ், உன்னை யாரு என்னைக் கேக்காம இதெல்லாம் ஏற்பாடு செய்யச் சொன்னது!' என்று அதட்டினாள்.

'நீதான் காலைல சொல்லிட்டியே!'

'என்ன சொன்னேன்? என்னய்யா சொன்னேன்!'

'சாயங்காலம் முடிச்சுடலாம்னு சொல்லலை?'

அவள் அதிர்ந்துபோய் கன்னத்தில் கைவைத்துக்கொண்டாள்! 'அடப்பாவி! நான் சொன்னது வேற அர்த்தத்தில்! கல்யாணத்தைப் பத்தி யாருய்யா பேசினா?'

நாராயணன் முகம் சுருங்கியது! கோபம் வந்தது. 'பின்ன என்ன அர்த்தத்தில் சொன்ன?'

அவள் கண்களில் மெலிதாகக் கண்ணீர் திரையிட்டது. 'மன்னிச்சுக்கய்யா நீ. என்கிட்ட எவ்வளவோ உண்மையா பழகினதுக்கு நான் உன்கிட்ட உண்மையை இதுவரை சொல்லலை. சொல்லணும்னுதான் நினைச்சுக்கிட்டு இருக்கேன். என்னிக்காவது ஒரு நாள்... என்னிக்காவது ஒரு நாள்னு தள்ளிப் போட்டுக்கிட்டே வந்துட்டேன்! இன்னிக்குச் சொல்லியே ஆகணுங்கிற கட்டாயம் வந்துருச்சு! உனக்கு அனாவசியமா மனத்தாங்கல் ஏற்படறதுக்கு முந்தி சொல்லிடறேன்!'

'என்ன சொல்லப்போறே?'

'சொல்லப் போறதில்லை. காட்டப் போறேன்.'

'புரியலை, திலகம்!'

'இப்ப என்கூட ஒரு இடத்துக்கு வரியா?'

'வந்து?'

'வந்தால் எல்லாம் புரியும். கொஞ்சம் இரு, சேலையை மாத்திக் கிட்டு வந்துர்றேன்!'

அவள் புதிய சேலை உடுத்தி, தன்னை மெலிதாக அழகுபடுத்திக் கொள்வதைப் புரியாமல் பார்த்தான்.

தரையில் அந்த மலர்மாலைகள் காத்திருந்தன. இனிப்புகள். ஏழைக் கல்யாண ஏற்பாடுகள்... எல்லாம் அர்த்தமின்றிக் காத்திருந்தன...

அவனுள் ஒரு பள்ளம் விழுந்திருந்தது. ஒரு சமயம் அடக்க முடியாத இரக்கம் ஏற்பட்டது. ஒரு சமயம் வெறி. இரு! இவள் என்ன செய்யப்போகிறாள், என்ன சொல்லப்போகிறாள் என்று பார்க்கலாம், கேட்கலாம். அப்புறம் தீர்மானிக்கலாம்.

'மணி எவ்வளவு இருக்கும்?'

'தெரியலை, மூணு மூணரை இருக்கும்.'

'அஞ்சு மணிக்குள் போயிடணும்! என்கூட நீ வந்தே ஆகணும். இனிமேல் மறைச்சு வெச்சுப் பிரயோசனம் இல்லை.' அவசரப் பொட்டு இட்டுக்கொண்டாள். யாருக்காக?

'விஷயம் என்னன்னு சொல்லு, திலகம்!'

'கொஞ்சம் பொறுய்யா! ஒரு மணி நேரம் பொறுமையா இருக்க மாட்டியா? அதுக்கப்புறம் நீயே எனக்கு வழி சொல்லு. நீ சொல்றதை நான் கேக்கறேன்!'

தெரு மூலையில் ஆட்டோ ரிக்ஷாவை நிறுத்தினான். தீர்மானமாக உட்கார்ந்தாள். 'ஏறிக்கய்யா!'

'சென்ட்ரல் போங்க!'

'சென்ட்ரல். ரயில் நிலையம், அங்கே என்ன?'

'...'

'பேச மாட்டியா?'

'நிறையப் பேசப் போறேன்! கவலைப்படாதே!'

சென்ட்ரல் ரயில் நிலையத்தை அடைவதற்கு முன்னமே பாலம் தாண்டுவதற்குள் நிறுத்தச் சொன்னாள். காசு கொடுத்துவிட்டு 'நடய்யா' என்றாள்.

இடப்பக்கம் திரும்பிய பாதையில் நடந்தாள்.

எதிரே மத்திய சிறைச்சாலை!

துணுக்குற்றான்.

'அங்க எங்க போறே திலகம்!'

'அங்கதான்யா போகணும். வா என் பின்னால.'

தயங்கினான். ஆபத்து! 'இரு, திலகம், என்னனு சொல்லு!'

'ஒரு ஆளை நாம பார்க்கப் போறம். வாயேன் சீக்கிரம்!'

தர்மசங்கடம்! என்னை யாராவது அடையாளம் கண்டுகொண்டு விட்டால், என்ன செய்வது? போகலாமா, நின்றுவிடலாமா?

அங்கே போவதில் ஆபத்து இருக்கிறது. இருந்தும் திலகத்தின் நோக்கம் என்ன என்று புரியவில்லை.

பார்வையாளனாகப் போவதில் என்ன தப்பு...

ஐந்து ஆண்டு ஆயிற்று. தாடி மீசை. அவ்வளவு சுலபத்தில் அடையாளம் கண்டு கொள்வார்களா, என்ன? அந்த சகாப்தம் முடிந்துவிட்டதே.

நான் வேறு ஒருவன், அகப்படமாட்டேன்!

போகலாம், பார்க்கலாம்.

தலை குனிந்துகொண்டு அவளைத் தொடர்ந்தான்.

அதிகம் மற்றவர் கண்ணில் படாமல் ஒதுக்குப்புறமாகவே நின்றான். எவரையும் நிமிர்ந்து பார்க்கவில்லை.

பார்வையாளர் பகுதியில் பலர் இருந்தது அவனுக்கு வசதியாக இருந்தது. கைதிகளை பார்க்க வந்திருப்பவர்கள். எனக்கு ஒருத்தருமே வரவில்லை!

திலகம் சென்று அந்த வார்டருடன் பேசினாள்.

'என்னம்மா, கொஞ்ச நாளாக் காணோம்? சவுக்கியமா?'

'உங்க தயவில் இருக்கேங்க! அவரைக் கொஞ்சம் கூப்பிடறீங்களா?'

'குமாரசாமியை அழைச்சிட்டு வாய்யா, ஒரு வாரமா திலகம் வர்லியா, திலகம் வர்லியான்னு துளைச்சு எடுத்துக்கிட்டு

இருக்கான். குதிச்சு ஓடி வருவான்! என்ன நீ! போன வாரம் வர்றதாத்தானே இருந்தது!'

'முடியலீங்க. வேலைங்க!'

'ஒரு நாள் பூரா அழுதான்!'

'அடிக்கடி ஒரு முறை வந்து பார்க்கறதில என்னம்மா சிரமம் உங்களுக்கு? நீங்கள்லாம் வெளிய இருக்கீங்க! வருஷக்கணக்கா உள்ள இருக்கிறவனுக்கு இது ஒண்ணுதானே சந்தோசம்! அதுவும் குமாரசாமி இருக்கானே. ஒரு பொல்லாப்பு கிடையாது. ஒரு சண்டை கிடையாது. நல்ல பையன். ஏதோ சந்தர்ப்பவசத்தில் நடந்து போச்சு! அதுவும் உனக்காகத்தான் செஞ்சான்! அந்த விசுவாசம் வேண்டாமா! இத வர்றான் பாரு! பேசு!'

கதர் பனியன், கதர் கால்சராய், முகத்தில் தாடி, தலையில் குல்லா. கண்கள் கண்ணாடியாகப் பளபளக்க, கரிய நிறச் சூழ்நிலையில் பளிச் என்று சிரிப்புடன் 'திலகம் வந்துட்டியா, அப்பாடா' என்றான்.

'வந்துட்டேன்யா.'

அவன் கைகள் கம்பிக்கு வெளியே வந்து, அவள் கைகளைப் பேராசையுடன் பற்றிக்கொண்டு தன் பக்கம் கொண்டுசென்று முகத்தில் ஒத்தி ஒத்தி, 'உன்னைப் பார்க்காமல்... உன்னைப் பார்க்காமல்... செத்துப் போயிடலாமான்னு ஆயிடுச்சு, திலகம்! ஏன் வரலை?' என்று தேம்பினான்.

'மன்னிச்சுக்கய்யா! மன்னிச்சுக்க. இனிமேல் தவற மாட்டேன்!'

'பரோலுக்கு மனு போட்டிருக்கேன் திலகம். வருமோ வராதோ, தெரியலை!'

அவன் கைகள் அவள் நெற்றியை, கூந்தலைத் தடவின.

'நல்லா இருக்கியாய்யா!'

'இன்னும் ஏழு வருஷம்!' என்றான்.

'இருக்கேன்யா! காத்திருக்கேன்! எனக்காக நீ செஞ்சதுக்கு நான் காத்திருக்கேன்!'

'திலகம்! திலகம்! திலகம்...' அவன் அழ ஆரம்பித்து மேலே சொன்ன வார்த்தைகள் கண்ணீரில் தேம்பின.

நாராயணன் பார்த்துக்கொண்டிருந்தான்.

'அழுவாதய்யா! என்ன இது சின்னப் பிள்ளை மாதிரி...'

'நீ தனியா இருந்துக்கிட்டு என்ன செய்யறியோ!'

'நான் தனியா இல்லைய்யா!' நாராயணன் பக்கம் திரும்பினாள். 'கொஞ்சம் வர்றீங்களா?'

நாராயணன் அருகில் சென்றான்.

'இந்த நல்ல மனுசன்தான் என்னை வெச்சுக் காப்பாத்தறாரு! எனக்குத் தங்க இடம் கொடுத்து, காசு கொடுத்து, திங்கச் சோறு கொடுத்து... கும்பிடுய்யா, இவரை!'

குமாரசாமி அப்படியே சரிந்து, நாராயணன் கால்களைப் பற்றிக் கொண்டான்... 'அய்யா! புண்ணியவானே தர்மதுரை!' என்றான்.

'எனக்காக... எனக்காக ஜெயிலுக்குப் போயிருக்காருய்யா, இவரு! இவரு பேரு குமாரசாமி. என்னைக் கட்டிக்கப் போறவரு!' என்றாள் திலகம்.

'பாவிப் பொண்ணு! இவள் பட்ட கஷ்டம் பூரா சொன்னாளா?'

'இல்லீங்க. தெரியாதுங்க' என்றான் நாராயணன்.

'சொல்லுய்யா! இவர்கிட்ட சொல்லு! நீ எதுக்காக ஜெயிலுக்கு வந்தே?'

'இவளுக்காக!'

'சொல்லு! எத்தனை வருஷம்?'

'பத்து வருசம்! இன்னும் ஏழு வருசம் பாக்கியிருக்கு.'

'காத்திருக்கேன்! என்னிக்காவது ஒரு நாள் நீ வெளியே வருவேல்ல? காத்திருக்கேன்! சொல்லுய்யா!'

'இது சின்னப் பொண்ணுங்க. அப்பன்காரன் போய்ட்டான். குடிச்சே செத்தான்... அம்மா ஒரு மாதிரிங்க. இவளை

வெச்சுக்கிட்டு வீட்டுக்குள்ளாற வேற ஆளையும் கூட்டிக் கிட்டு... முதல் முறை இதை ஆத்தங்கரைப் பக்கம் பார்த்தேங்க. தனியா பாவாடை தாவணி போட்டுக்கிட்டு அழுதுக்கிட்டு இருந்ததுங்க. ஆத்தங்கரையில் நான் பல் தேய்க்கப் போனேன்...'

அவன் சொல்லச் சொல்ல நாராயணன் மனத்தில் ஒலி ஒளிக் காட்சிகள் விரிந்தன.

★

'ஏ புள்ளே, ஏன் அழுவறே?'

'நான் பாட்டுக்கு அளுவறேன்! நீ யார்யா கேக்க?'

'என் பேரு குமாரசாமி, உன் பேர் என்ன?'

'திலகம்.'

'அழாதே திலகம்! படிக்கிற பெண்ணில்ல, நீ தைரியமா இருக்க வேண்டாம்?'

'ஆத்தில விழுந்து செத்துப் போயிடலாமான்னு தோணுது...'

'ஆத்தில தண்ணி கிடையாது. இதப் பாரு! என்ன விஷயம் சொல்லு...'

'சொல்ல மாட்டேன் போ!'

'இதப் பாரு! பயப்படாதே. என் பெயர் குமாரசாமி. மேலத் தெருவில சைக்கிள் கடை வெச்சிருக்கேன். உனக்கு ஏதாவது உதவி தேவைன்னா என்கிட்ட வந்துரு! என்ன?'

'முடியாது!'

ஒரு வாரம் கழித்து இரவு எட்டு மணி, கடையைப் பூட்டிவிட்டு அதன் பின்புறத்தில் இருந்த என் வீட்டுக்குச் சந்து வழியாகச் சென்று கொண்டிருக்கும்போது இருட்டில் ஓர் உருவத்தைப் பார்த்தேன்.

'யாரு.'

'குமாரசாமின்னு சைக்கிள் கடைக்காரர் ஒருத்தர்...'

'நான்தான் குமாரசாமி. என்ன வேணும்?'

'நான்தான் திலகம்!'

'ஓ! என்ன திலகம்.'

'என்னை அழைச்சுட்டுப் போங்க!'

'எங்கே?'

'உங்க வீட்டுக்கு!'

'எதுக்கு?'

'என்னைக் காப்பாத்துங்க! என்னைக் கூட்டிப் போங்க. ஒளிஞ்சுக்க ஒரு இடம் வேணும்...'

'வா!'

இவன் வீட்டுக்குள் வந்து உட்கார்ந்துகொண்டு அழுதாள். 'நான் என்ன செய்வேன்! ஏது செய்வேன்! வீட்டில் எங்க அம்மாகூட ஒருத்தன் இருக்கான்... அவன்... என்னை.. என்னை ரூம்ல வெச்சுக் கதவைச் சாத்திட்டு... பாருய்யா...'

உடம்பெல்லாம் காயம் கிழிசல்...

'தப்பிச்சுட்டு ஓடியாந்துட்டேன். இனி செத்தாலும் அங்கே போகமாட்டேன்! எனக்கு ஒரு டிக்கெட் வாங்கிக் கொடுத்துடு! நான் எங்காவது ஓடிப்போயிடறேன்!'

'யார் இந்தப் பொண்ணு?'

'தெரிஞ்ச பொண்ணும்மா.'

'வீட்டுக்குள்ள ஏன் வந்தா?'

'பாவம்மா, பயந்த பொண்ணும்மா!'

'என்னடி பெண்ணே!'

'பாட்டி! என்னைக் காப்பாத்துங்க பாட்டி!'

'என்னடா இது குமரா?'

'இரும்மா, இந்தப் பொண்ணு ஏதோ சேதப்பட்டு வந்திருக்கு. இதுக்கு ஆறுதல் சொல்லணும்...'

'வீட்டைவிட்டு ஓடிவந்த பொண்ணுபோல இருக்கே! நமக்கு ஏண்டா பொல்லாப்பு...'

'இதப் பார், கொஞ்ச நேரம் சும்மா இரு! முதல்ல அதுக்குக் குடிக்க ஏதாவது கொடு. இரைக்குது பாரு!'

'மோர் தர்றேன். குடிச்சுட்டுப் போயிடுவியா?'

போகவில்லை. அங்கேயே ஏழு நாள் இருந்தாள். வெளியே தலை காட்டவில்லை. பாட்டிக்கு வீட்டு வேலையில் ஒத்தாசை செய்தாள். வீடு பெருக்கினாள். கன்றுக் குட்டியை அலம்பினாள்.

'பாட்டி! நான் இங்கேயே இருந்திடவா!'

'அதெப்படி முடியும்? உங்கப்பன்காரன் வந்து சண்டை போடுவான். ஆயா திட்டுவா!'

'அவுங்கள்ளாம் எனக்குக் கிடையாது பாட்டி!'

'அப்படி விட்டுற முடியுமா? பெத்த தாய் இல்லையா?'

'பெத்த தாயா? கொளுத்தணும் பாட்டி அவளை! எங்கப்பா இறந்துபோனதுக்கே அவள்தான் காரணம்!'

போலீஸ்காரர்கள் கதவைத் தட்டினார்கள்.

'யார் இங்க குமாரசாமி!'

'நான்தாங்க ஏன்?'

'நீ இங்க ஒரு மைனர் பொண்ணைக் கடத்தி பலவந்தமா வெச்சிருக்கியாமே? புகார் வந்திருக்கு!'

'அந்தப் பெண்ணையே கேட்டுக்குங்க.'

'கூப்பிடுய்யா, அதை!'

'திலகம் நீயே சொல்லு!'

'நான் இந்த வீட்டில்தான் இருக்கப்போறேன்! இங்கதான் எனக்கு வாழ்வு. எனக்கு அங்க போக இஷ்டம் இல்லே. மனப்பூர்வமா

என்றாவது ஒரு நாள் ♦ 115

நான் இங்கே இவரோட இருக்கேன்! என்னை யாரும் பலாத்காரம் செய்யவில்லை. என் சொந்த விருப்பத்தின்படியே வந்து சேர்ந் திருக்கேன்!'

'உனக்கு என்ன வயது!'

'பத்தொன்பது!'

'தப்பு! உன் எஸ்.எஸ்.எல்.சி. சர்டிபிகேட்டைப் பார்த்துட்டம்! உனக்குப் பதினாறு வயசுதான் ஆயிருக்கு. இதப் பாரும்மா. உன் சொந்த விஷயத்தில் எங்களுக்கு அக்கறை கிடையாது. சட்டப் படி உன்னை நாங்க உன் அம்மாகிட்ட சேர்த்தாகணும்.'

'நான் வரலை! நான் வரலை!'

'சொல்றதை ஒழுங்காக் கேட்டுக்க. நீ இப்ப வரலன்னா இந்தாளை நான் கைது செய்ய வேண்டிவரும். வாரண்டு இருக்குது! சரியா, ஒப்புக்கிறியா!'

'அந்த வீட்டில ஒரு ஆள் பலாத்காரம் செய்யறானே, அதுக்கு உங்க சட்டம் என்ன செய்யுது!'

'அதுக்கு ஒரு புகார் எழுதிக்கொடு! இதப் பாரு, சின்ன விஷயத்தை அனாவசியமாச் சிக்கல் ஆக்காதே! இந்த ஆளு ஜெயிலுக்குப் போகணும்னு உனக்கு ஆசையா!'

'இவரை நான் கல்யாணம் செய்துக்கிட்டேனுங்க.'

'பொய் சொல்லாதே! எங்கே அத்தாட்சி? அத்தாட்சி இருந்தாலும் செல்லுபடியாகாது... நீ மைனர் பொண்ணு! குமாரசாமி, நீ இவளை விடப் போறியா? இல்லை கைது செய்யவா?'

'திலகம்! நீ போ! பயப்படாதே! அஞ்சாதே! எதுக்கும் அஞ்சாதே, நான் உன்னைக் காப்பாத்தறேன்.'

அந்தச் சிறுமி குமாரசாமியிடம் 'திலகம் அக்கா இதை உங்க கிட்ட கொடுத்துட்டு வரச் சொல்லிச்சு' என்று ஒரு கடிதத்தைக் கொடுத்தாள்.

> என்னைக் கடலூருக்கு அழைச்சுட்டுப் போறாங்க. அங்கே எனக்குக் கல்யாணமாம். ஏதாவது செஞ்சு என்னைக் காப்பாத்

துங்க. உங்க மேலதான் நம்பிக்கை வெச்சிருக்கேன். அவசரம்.
திலகம்.

பாஸஞ்சர் வண்டி வர இருந்த நேரம். திலகம், அவன் அம்மா, மாமன்காரன், மற்றொரு பெண் பிள்ளை மூவரும் மாட்டு வண்டியில் வந்து இறங்க... 'கொஞ்சம் பார்த்துக்க. டிக்கெட் எடுத்தாரேன்.'

திலகம் இறங்கி சுற்றிலும் பார்த்தாள்.

குட்ஸ் ஷெட் அருகே குமாரசாமி சைக்கிளுடன் நின்றான். சைகை செய்தான்.

திலகம் ஒரே ஓட்டமாக அவனை நோக்கி ஓடினாள்.

அவளை அணைத்து ஹாண்டில்பாரில் ஏற்றிக்கொண்டு அசுர வேகத்தில் சைக்கிள் மிதித்தான்.

'அய்யய்யோ! எம் பொண்ணைக் கொண்டு போய்ட்டானே! பிடிங்க! பிடிங்க!'

அதற்குச் சற்று திரும்பி மற்றொரு தெரு, மற்றொரு சந்து, மற்றொரு திருப்பம் என்று மறைந்து விட்டான். டிரங்க் ரோட்டில் சைக்கிள் பறந்தது. அவனுக்கு இரைத்தது.

'எங்க போறீங்க!'

ஊருக்கு வெளியே தோப்பு. பிள்ளையார் கோயில். அதையடுத்து மண்டபம். அங்கிருந்து ஒற்றையடிப் பாதை. ஒதுக்குப்புறமாக ஒரு சின்ன வீடு. அங்கே அவளைக் கொண்டு சென்று 'இதப் பார்! வெளியே தலை காட்டாதே. நான் போய்க் கொஞ்சம் பணம் எடுத்துக்கிட்டு வந்துர்றேன். தைரியமா இரு. உடனே வந்துர்றேன். ஊரை விட்டு ஓடிடலாம்...'

தாற்காலிகச் சரணாலயத்தில் இரண்டு நாள் இருந்தாள். இருட்டினதும் சோறு கொண்டுவந்தான். 'வீட்டுப்பக்கம் போகலை திலகம், போக முடியலை. தெருவே கொல்லுனு போச்சு! போலீஸ்காரங்க காத்திருக்காங்க. எங்கம்மாளைப் பார்க்க முடியலை.'

'என்னால உனக்கு எவ்வளவு கஷ்டம்யா!'

'உனக்காக நான் எல்லாத்தையும் விட்டுட்டேன் திலகம்! கொஞ்சம் பணம் கிடைச்சுடுச்சுன்னா கிளம்பிடலாம்.

கண்ணுசாமிகிட்ட கடையை ஒப்படைச்சுட்டு, பணம் வாங்கி வரலாம்னு இருக்கேன். ராத்திரிக்குள்ள அவனைப் பார்த்து ஒரு நூறு ரூபா புரட்டிட்டேன்னா போதும். அம்மாளை லெட்டர் எழுதி அப்புறம் வரவழைக்கலாம். எதுக்காக அழறே?'

'என் ஒருத்தியினாலே உனக்கு எவ்வளவு பொல்லாப்பு பாரு? எவ்வளவு கொடுமை பாரு.'

'இல்லை, திலகம். இதில் எனக்குச் சந்தோசம்தான்! உன்னை நான் அன்னைக்கே என் மனைவியா ஏத்துக்கிட்டேன்! உன்னை நான் விடமாட்டேன்! விடவே மாட்டேன். உயிருள்ளவரைக்கும் விடமாட்டேன்!'

கண்ணுசாமியின் வீட்டுக்கு இரவோடு இரவாகச் சென்று பேசி கடையை அடகுவைத்து கையெழுத்திட்டு பணம் வாங்கிக் கொண்டு பத்து பத்தரை சுமாருக்குத் திரும்பினான்.

'திலகம் கிளம்பு! பணம் வாங்கிட்டேன். நேராக பஸ் ஸ்டாண் டுக்கு போயிடலாம். காலைல மெட்ராஸ் போய்ச் சேர்ந்திட லாம். ம்... சீக்கிரம் கிளம்பு.'

நிலா வெளிச்சத்தில் நடந்து இருவரும் வெளியே வர, ஒற்றை யடிப் பாதையில் ஆள் அரவம் கேட்டது.

'எங்க கிளம்பிட்டாப்பல, அய்யா?' என்று இருட்டில் குரல் கேட்க, டார்ச் ஒளி அவன் முகத்தில் பரவ, திலகத்தின் 'அம்மா புருசன்' இரண்டு ஆட்களுடன் நின்றான்.

'என்னம்மா! மகளே! என்னை விட்டுட்டு அவ்வளவு சுலபமாப் போயிட முடியுமா! கண்ணுசாமி வீட்டுக்கு அவன் வருவான்னு தெரியாதா? ஏய், வளைங்கடா!'

'கிட்ட வராதீங்க! இங்க கொலை விழும்!'

'பிடிங்கடா!'

ஒருவன் அவன் மேல் பாய, 'என்னம்மா மகளே திலகம்! உனக்கு அவ்வளவு திமிரா! என்மேல் போலீஸ் புகார் எழுதிக் கொடுப் பியா?' அவன் நிதானமாக அவள் சேலையைப் பற்றி இழுத்து, உதறிப் போட்டான்.

தன் சட்டைக் கைகளை மடக்கிக்கொண்டு வேட்டியை டப்பாக் கட்டு கட்டிக்கொண்டு, செருப்பை உதறிவிட்டு 'விட்டுர்றா, இவளை நான் கவனிச்சுக்கறேன்' என்றான்.

சரச் என்று அவள் ரவிக்கையைக் கிழித்து, விடுபட்ட மார்பில் கை வைத்தான். கைகளைச் சேர்த்துப் பின் பக்கம் மடக்கி இடுப்புத் துணியை மூர்க்கத்தனமாகக் கிழித்தான்.

குமாரசாமியை ஒருவன் பிடித்திருக்க, ஒரு அமானுஷ்யத் திமிறலில் விடுபட்டு அங்கே ஓடி முதலில் அவனைத் தோளில் கடித்து வீழ்த்தி, தானும் அடிபட்டு திலகத்தை விடுவித்து, 'ஓடு திலகம், ஓடிப் போயிரு!'

பெரிய பாறாங்கல் ஒன்றைத் தூக்கி, அவன் தலையைக் குறி வைத்து ஒரே போடு!

நிலா வெளிச்சத்தில் ரத்தம் அவன் கால்களை நனைத்தது. 'வாங்கடா! நீங்களும் வாங்கடா! தைரியம் இருந்தால் வாங்கடா!'

மற்ற இருவரும் பயந்து ஓடிவிட, இறந்தவனை மறுபடியும் மறுபடியும் அடித்தான்.

'திலகம்! திலகம்' என்று கூப்பிட்டான்.

பதில் இல்லை.

மெதுவாக போலீஸ் நிலையத்தை நோக்கி நடந்தான்.

★

'டயமாச்சு! ம்ம்! கிளம்பு. பாக்கியை அடுத்த முறை பேசிக்கலாம். கிளம்புங்க!'

நாராயணனும் திலகமும் சிறைச்சாலையை விட்டு வெளியே வந்தார்கள்.

'எனக்காகக் கொலை செஞ்சாருய்யா. எனக்காக எல்லாத்தையும் விட்டுட்டு ஜெயிலுக்குப் போயிருக்காரு. பத்து வருசம் தண்டனை கொடுத்தாங்க! மூணு வருசமாச்சு! இவருக்காக நான் காத்திருக்க வேண்டாமாய்யா. நீயே சொல்லு. இவருக்கு இருக்கிற ஒரே ஒரு நம்பிக்கை - என்னிக்காவது ஒரு நாள் வெளியே வந்திருவம்; திலகம் எனக்காகக் காத்திருப்பா;

என்கிட்ட விசுவாசமா, மத்தவங்க யாரையும் நினைக்காம இருப்பாள்; கதவு திறந்ததும் கல்யாணம் செய்துக்கக் காத்துக் கிட்டு இருப்பாள். இந்த ஒரு நம்பிக்கைதான்யா அவரைச் செலுத்துது! நான் எப்படி இவருக்கு துரோகம் செய்ய முடியும், சொல்லு...'

நாராயணன் பேசாமல் நடந்தான்.

20

தர்மலிங்கம் அந்த பெட்ரோல் பங்குக்கு ஒன்பதரைக்கு வந்து விட்டார்.

ஒவ்வொன்றாக ஆட்டோ ரிக்ஷாக்கள் ஷெட் போட்டுக்கொண்டு வருவதைப் பார்த்து அவருக்கு உற்சாகம் ஏற்பட்டது.

ஜீப்பில் இருந்து இறங்கி, குழல் விளக்கு வெளிச்சத்தில் கண்ணாடி அறைக்குள் கணக்கு பார்த்துக்கொண்டிருந்தவரிடம் வந்தார்.

'நீங்கதானே முதலாளி?'

'ஆமாங்க, மத்தியானம் பையன் சொன்னான். போலீஸ் வந்து விசாரிச்சதா. என்ன விஷயம்? எங்கள் கடையில தில்லுமுல்லு ஏதும் கிடையாதுங்க...'

'உங்கள் கடையில ஏதும் குறை சொல்ல வரலைங்க. உங்ககிட்ட ஆட்டோ ரிக்ஷாக்கள் இருக்குதில்லை?'

'ஆமாம்.'

'அந்த டிரைவருங்களைக் கொஞ்சம் விசாரிக்கணும்... ஒரு ஆளைப் பத்தி...'

'அவ்வளவுதானே? டிரைவருங்க ஏதும் தப்புத்தண்டா செய்யலியே?'

'அதெல்லாம் இல்லீங்க!'

'இப்பத்தான் வண்டிகள் ஒவ்வொண்ணா ஷெட்டு திரும்புது. சரியான டயத்துக்குத்தான் வந்திருக்கீங்க. எல்லாரையும் பார்த்து விசாரிச்சுடலாம்.'

அவர்கள் ஒவ்வொருவராக வர, இன்ஸ்பெக்டர் காத்திருந்தார். அன்றைய வாடகையை அவர்கள் சொந்தக்காரரிடம் சமர்ப்பிக்க, 'இருங்கய்யா, எல்லோரும் போயிடாதீங்க. இன்ஸ்பெக்டர் சார் ஏதோ உங்களை எல்லாம் விசாரிக்கணுமாம்... பயப்படாதீங்க... ஒரு சவாரியைப் பத்தி விசாரிக்கணும், அவ்வளவுதான்!'

'மொத்தம் பத்து ஆட்டோதானுங்களே?'

'ஆமாம், எல்லாரும் வந்தாச்சு.'

அந்த காக்கிச் சட்டைக்காரர்களைக் கூட்டி வைத்து, 'இதப் பாருங்க, சுமார் பதினஞ்சு நாளைக்கு முன்னாடி ராத்திரி சுமார் ஒம்பதரை மணிக்கு உங்களில் ஒருத்தர் ஷெட்டுக்குத் திரும்பறபோது, ஒரு தாடி வெச்ச ஆளும் ஒரு பொண்ணும் பாலத்துக்குப் பக்கத்துல பஸ் ஸ்டாண்டில நின்னுக்கிட்டு, சவாரி போகணும்னு கெஞ்சிக் கேட்டுக்கிட்டாங்க. எக்ஸ்டிரா கொடுப் பாங்கன்னு அவங்களை ஏத்தி வந்த சைக்கிள் ரிக்ஷாக்காரன் சிபாரிசு செய்திருக்கான். நீங்கள் அவர்களை சிட்டி பக்கம் கொண்டுபோயிருக்கீங்க. யாருக்காவது ஞாபகம் இருக்கா?'

'அது நான்தான் சார்!' என்றான் ஒருவன்.

இன்ஸ்பெக்டர் துடிப்புடன், 'சபாஷ்! கொஞ்சம் முன்ன வாங்க. உங்க பேர்?'

'தங்கராசுங்க. அவங்களை அழைச்சுக்கிட்டுப் போனது ஞாபகம் இருக்குது. எக்ஸ்ட்ராவா ரூபா கொடுத்தாங்க. பொட்டி படுக்கை வச்சிருந்தாங்க.'

'ஆம்! அவுங்களேதான். அவுங்களை எங்க கூட்டிக்கிட்டுப் போனீங்க? ஞாபகம் இருக்குதா?'

'கொஞ்சம் இருங்க, யோசிக்கிறேன்...'

தர்மலிங்கம் பதறினார். 'வா தங்கராசு! என் இனிய நண்பனே! தயவுசெய்து உன் நூற்றுக்கணக்கான சவாரிகளில் இந்தப் பிரத்யேக யாத்திரையை தயவுசெய்து தோண்டி எடு, எனக்காக! எனக்காக! ப்ளீஸ்?'

'மைலாப்பூர் கொண்டு விட்டனுங்க!'

'எங்கே! நல்லா யோசிச்சு ஞாபகப்படுத்திப் பாரு, மைலாப்பூர்ல எந்த இடத்திலே!'

'இருங்க... குளத்தாண்டை போய் சுத்தி வந்து... கோயிலாண்டை... ஒரு ஒரு... எனக்கு வீடுகூட ஞாபகம் இருக்குங்க!'

'சபாஷ் தங்கராசு, உனக்கு நிச்சயம் ரிவார்டு கிடைக்கும்படியாச் செய்யறேன்! பெரிய ஆள் நீ! எனக்காக இன்னும் ஒரே ஒரு காரியம் செய்யணும். இப்ப என்னோட ஜீப்பில் வரணும். அந்த இடத்தை காட்டணும்!'

'வர்றேங்க. அந்த ஆள் யாருங்க?'

'அவன் பெரிய கேடி! பழைய குற்றவாளி... அவனை நாங்கள் ரொம்ப நாளாத் தேடிக்கிட்டு இருக்கோம்.'

'வாங்க போகலாம்!' என்றான் தங்கராசு.

'அட, இவனுக்கு வந்த வாழ்வைப் பாருடா!'

ஜீப் புறப்பட்டது.

21

'என்னய்யா யோசிக்கிறே!'

இருவரும் அறையில் உட்கார்ந்து இருந்தார்கள். தரையில் கிடந்த அந்த மாலையின் மலர்கள் வாடியிருந்தன.

'என்ன நீ, அப்புறம் பேசவே இல்லையே! உனக்கென்ன கோபமா?'

'இல்லை, திலகம், உன்கிட்ட நான் சொல்ல வேண்டியது ஒண்ணு பாக்கியிருக்கு. அதை எப்படி ஆரம்பிச்சு எப்படிச் சொல்லலாம்னு யோசிக்கிறேன்.'

'என் மேல கோபமா உனக்கு? கோபம்தானே!'

'இல்லை திலகம், தப்பு என் பேரில்!'

'நான் முன்னாடியே சொல்லியிருக்கலாமில்ல? உனக்கு அனாவசியமா ஆசைகளை எல்லாம் உண்டாக்கியிருக்க வேண்டாமில்ல.'

'பரவாயில்லை, திலகம்.'

'நான் வேற என்ன செய்வேன், சொல்லுய்யா? தனியா ஒரு பொம்பளை பிழைக்கணும்னா...'

'திலகம், நீ இனிமேல் தனியாப் பிழைச்சுத்தான் ஆகணும்!'

'என்னய்யா சொல்றே!'

'நான் உன்னை விட்டுப் போயிடப் போறேன்!'

'ஏன்யா? அவ்வளவு கோபமா?'

'கோவமில்லை, திலகம். நீ என்கிட்ட உன் கதையைச் சொல்லிட்டே. நான் உன்கிட்ட என் கதையை இன்னும் சொல்லலை. என் கதையில் உன் கதை மாதிரி காதல், தியாகம் அப்படி இப்படி எல்லாம் கிடையாது. என் கதை வேறு யாரோ எனக்காகத் தீர்மானிச்ச மாதிரி நடந்து போய்ட்ட கதை! இதுல எவருக்கும் ஒரு படிப்பினையோ புத்திமதியோ கிடையாது. இப்ப நீ சொன்னதில் மனிதத் தன்மையோட கூடிய பல விஷயங்கள் இருக்குது. ஒரு ஆண் ஒரு பெண்ணுக்காக ஏறக்குறையத் தன் வாழ்க்கையையே தியாகம் பண்றான். அதுக்குப் பிரதியா அவள் அவனுக்காகக் காத்திருக்கா. அவளும்தான் தியாகம் பண்றா. அவள் அழகான பொண்ணு. சில சந்தோஷங்கள் அவளுக்கு சுலபமாக் கிடைக்கும். அது எல்லாத்தையும் அவள் ஒத்திப் போட்டுட்டு, ஒரே ஒரு வைராக்கியத்தோட அவனுக்காகக் காத்திருக்கா! அவன் அவளுக்காகச் சிறைக்குப் போயிருக்கான்! என் கதையில் இந்த மாதிரிப் பெரிய விஷயங்கள் ஏதும் கிடையாது. திலகம், என் பேர் நாராயணன் இல்லை. புண்ணிய கோடி. அஞ்சு வருஷத்துக்கு முன்னாலதான் நாராயணனா மாறினேன். அதுக்கு முன்னால நான் எத்தனையோ திருட்டுக்கள், கொள்ளை, ஏன் ஏறக்குறைய ஒரு கொலை வரைக்கும் செஞ்சிருக்கேன். எல்லா ஜில்லாலயும் எல்லா மாநிலத்திலயும் போலீஸ் என்னைத் தேடுது. ஏராளமா போட்டோ வெச்சிருக்காங்க. கைரேகை எடுத்திருக்காங்க. உன் குமாரசாமி ஒரே ஒரு குற்றம் செஞ்சுட்டு ஜெயிலுக்குப் போனான். நான் முப்பத்தாறு செஞ்சுட்டு ஜெயில்ல இருந்து தப்பிச்சுட்டு வெளியே இருக்கேன். நான் ஒரு சாதாரண பாத்திரத் திருடன். குமாரசாமி ஒரு கொள்கைக்காகக் குற்றம் செய்தவன். ஒரு ஆளுடைய அக்கிரமத்தை தாங்காமல், 'தார்மீகக் கோபம்'னு சொல்வாங்க,

அதுல கொலை செஞ்சவன். நான் செஞ்சதெல்லாம் நகை, புடைவை, பணம், இப்படித் திருட்டு. அவன் செஞ்சது ஒருவிதம்! எனக்கும் அவனுக்கும் ஈடே இல்லை... அவனுக்காக நீ காத்திருக்கிறதில அர்த்தம், நியாயம் இருக்கு. நான வாழ்க்கை பூரா ஓடறவன். தெருத்தெருவா ஓடிக்கிட்டு இருக்கிற நாய், திடீர்னு ஒரு மர நிழலில் நிக்கும். அந்த மாதிரி கொஞ்ச நாள் உன்கூட நின்னேன். மறுபடி ஓடற நேரம் வந்திருச்சு... போலீஸ்காரங்க மறுபடி என்னை விசாரிச்சிக்கிட்டிருக்காங்க. அவங்க என்னைப் பிடிக்கிறதுக்குள்ள நான் கிளம்பணும். வேறு ஊர், வேறு தேசம், வேறு வேஷம், வேறு தொழில்... ஆனா, வேறு ஒரு திலகம் எனக்குக் கிடைக்கமாட்டாள்.'

திலகம் அதிர்ந்து, 'என்னய்யா சொல்றே? என்னால நம்ப முடியலை. நீ வந்து... ஒரு திருடனா? சேச்சே!'

'எந்த போலீஸ் ஸ்டேஷன்ல வேணா போய் புண்ணியகோடின்னு கேளு! போட்டோ காட்டுவாங்க! அப்ப தாடி மீசை கிடையாது. அவ்வளவுதான் வித்தியாசம்!'

'அப்ப நீ...'

'ஆமா, திலகம் நான் ஓடவேண்டியவன்.'

'நானும் உன்கூட வந்துர்றேன்யா!'

'வேண்டாம். இன்னிக்கு நான் பெருந்தன்மையா இருக்கேன்! ஆனால், உன்னை என்கூடவே வெச்சுக்கிட்டு ஏழு வருஷம் அண்ணன் - தங்கச்சின்னு ஓட்ட முடியாது. ஒருநாள் இல்லை ஒருநாள் ஏதாவது செஞ்சுருவேன். என் மேல எனக்கு நம்பிக்கை கிடையாது!'

'ஏழு வருசம் என்னய்யா செய்வேன்?'

'திலகம்! நீ தைரியமான பொண்ணு. உன்னால சமாளிக்க முடியும். உன் வைராக்கியம் இருக்கு பாரு, அதுவே பல சலனங்களைச் சமாளிக்கிறதுக்கு உனக்குத் தெம்பு கொடுக்கும்...'

'இல்லையா. எனக்கு ஒரு ஆம்பளைத் துணை நிச்சயம் தேவையா இருக்குது. உன் மாதிரி ஒரு நல்ல மனுசனுக்காக அலைஞ்சுக் கிட்டு இருந்தேன். கிடைச்சே! கிடைச்ச உடனே பறி போயிட்டே! என் அதிர்ஷ்டத்தைப் பாரு!'

'நான் இவ்வளவு சொன்னபிறகும் என்னை நல்ல மனுசங்கறியா?'

'என்னைப் பொருத்தவரையிலும், என்னோட பழகினவரையும் நீ நல்ல மனுசன்தான்யா. நீ போன சென்மத்தில் என்ன செஞ்சா எனக்கென்ன? எனக்கு உன்மேல் நம்பிக்கை உண்டுய்யா. இருந்துரு! நான் உன்னை ஒளிச்சு வெச்சுக் காப்பாத்தறேன்.'

'எனக்கு என்மேல நம்பிக்கை கிடையாது, திலகம். அதனாலதான் விலகறேன். மேலும் நான் மெட்ராஸ்ல இருக்கிறதில நிறைய ஆபத்து இருக்குது. இதுவரைக்கும் உனக்காகத்தான் இருந்தேன். நீ கிடைக்கப்போறங்கற எதிர்பார்ப்பில் இருந்தேன். இப்ப அது இல்லைன்னு ஆனப்புறம் எனக்கு இந்த ஊர்ல வேற வேலை கிடையாது.'

'எங்கய்யா போவே? நானும் கூட வர்றனே!'

'என்கூட பம்பாய்க்கு வருவியா?'

அவள் யோசித்து, 'அதெப்படி அவரை விட்டுட்டு? பக்கத்தில ஏதாவது ஊராயிருந்தால் சரி, மாசா மாசம் நான் அவரைப் பார்த்தாகணுமில்ல?'

அவன் அலமாரியில இருந்த பணத்தை எடுத்து 'இந்தா செலவுக்கு வெச்சுக்க!' என்றான்.

'உனக்கு!'

'நான் பார்த்துக்கறேன். நான் சம்பாதிச்சுக்கிடுவேன்!'

'இப்பவே போறியா!'

'நான் பதினைஞ்சு நாள் முன்னாடியே போயிருக்கணும்! ஒரு நப்பாசையில் இதுநாள்வரை தங்கினேன்!'

'இருய்யா! உன் பொட்டி படுக்கை...'

'புதுசா பெட்டி, புதுசா படுக்கை! நான் ஊர்விட்டு ஊர் மாறினால், உடைமை எதையும் எடுத்துக்க மாட்டேன்! புதுசாப் பறவை! புதுசாப் பேரு! புதுசா எல்லாமே! நான் வரேன்!'

'இருய்யா, நானும் உன்கூட கொஞ்ச தூரமாவது வர்றேன்!'

'வா!'

'அதுக்கு முன்னாடி இந்தாய்யா!'

அவன் அருகில் வந்து அவன் சற்றும் எதிர்பாராத விதத்தில் அவனை வளைத்து அணைத்துக் கன்னத்தில் பதிய முத்தமிட்டாள். அவன் கையை எடுத்துத் தன் மேல் பரவ விட்டாள். மூச்சு முட்டும் அளவு இறுக்கினாள்.

'இது என்னை ஞாபகம் வெச்சுக்க' என்றாள்.

22

ஜீப் மெதுவாக குளக்கரையைச் சுற்றி வந்தது. 'நேராப் போங்க. மெல்லப் போங்க' என்றார் தங்கராசு, ஆட்டோ டிரைவர்.

'இங்கிருந்து இரண்டாவது அல்லது மூணாவது சந்திலன்னு ஞாபகம். திரும்பிடுங்க ரைட்டில. இந்த பால் டிப்போ ஞாபகம் வருது.'

ஜீப் திரும்ப, சந்தின் எதிர் முனையில் திலகமும் நாராயணனும் திரும்பினார்கள்.

மெல்ல நடந்து பஸ் ஸ்டாண்டு அருகில் வந்தார்கள்.

திலகம் தன் கண்களைத் துடைத்துக்கொண்டாள். 'நீ போய்ட்டன்னா எனக்கு யாருமில்லே!'

'கவலைப்படாதே. சந்தர்ப்பம் சரியா இருக்கறப்ப நான் திரும்பி வர்றேன்!'

'இதாங்க வீடு' என்றான், தங்கராசு, 'இங்கதான் கொணாந்து விட்டேன்.'

'எப்ப வருவீங்க!'

'சொல்ல முடியாது. நீ அந்த வீட்டை விட்டுடாதே. கேட்டால் 'என் புருசன் ஊருக்குப் போயிருக்காரு; வந்துருவாரு'ன்னு சொல்லு. அந்த வீடு உனக்கு நல்ல பத்திரம். நான் கடுதாசி எழுதறேன்.'

'இங்க நாராயணன்னு ஒரு ஆள்?' என்று தர்மலிங்கம் கீழ்க் குடித்தனக்காரரிடம் விசாரித்தார்.

'தெரியாது! மாடியில் ஒரு தாடி வெச்ச ஆசாமி குடியிருக்கார். அங்கே போய் கேட்டுப் பாருங்கோ!'

'வாரா வாரம் கடுதாசி எழுதறேன், திலகம்.'

கடைசி பஸ் வந்து நிற்க அவன் அதில் ஏறிக்கொண்டான். 'நீ போ திலகம்! கவலைப்படாதே, கடவுள் காப்பாத்துவார்.'

'என்னையா?'

'அழாதே! இதப் பார் அழக்கூடாது...'

பஸ் புறப்பட சேலைத் தலைப்பால் வாயைப் பொத்திக்கொண்டு கேவிக் கேவி அழுதாள்.

தர்மலிங்கம் மாடிப்படியேறி அந்த ஆஸ்பெஸ்டாஸ் கூரை அறைக்கு வந்து சேர்ந்தார்.

ஏமாற்றம்.

அறைக்கதவு பூட்டியிருந்தது.

சன்னல் வழியாக எட்டிப் பார்த்தார்.

உள்ளே விளக்கு எரிந்துகொண்டிருந்தது. சாமி படத்தில் ஊது பத்தி புகைந்துகொண்டிருந்தது.

'இப்பத்தான் வெளியே போயிருக்கணும். வந்திருவாங்கன்னு நினைக்கிறேன். சார், கொஞ்சம் வர்றீங்களா?'

'என்னையா?'

'நாராயணன்னு தாடி வெச்ச ஆளு இந்த ரூம்லதானே குடியிருக்காரு?'

'பேர் தெரியாது, தாடி வெச்ச ஆசாமி ஒருத்தர் இருக்கார். கூட ஒரு...'

'பொம்பளை.'

'ஆமாம்!'

'எத்தனை நாளாச்சு அந்தப் பொம்பளை வந்து?'

'சமீபத்தில்தான்னு நினைக்கிறேன்!'

இவன்தான்!

தர்மலிங்கத்துக்கு நரம்புகள் துடித்தன! வந்துவிட்டேன். ஜெயிக்கும் கம்பத்துக்கு மிக அருகில் வந்து விட்டேன்.

சிறு வயதில் உறியடி உற்சவம் ஞாபகம் வந்தது. மூக்குக்கு வெகு அருகே வெண்ணெய்த்தாழி. அதை அடிக்கப் போனால் உயரே செல்லும். இதோ இவ்வளவு தூரம் வந்தாகிவிட்டது. ஆனால், இன்னும் அகப்படவில்லை.

பொறுத்திரு!

திலகம் வீடு திரும்பாமல், ஆறுதலுக்கு 'காமதேனு'வில் சினிமாப் பார்க்கச் சென்றாள்.

பாதி சினிமா கழிந்திருக்கும். ஆனால் என்ன? பார்த்த படம் தானே! எனக்கு இப்போது அந்த வீட்டுக்குச் செல்வதில் இஷ்டம் இல்லை. மனம் மிகவும் குழம்பியிருக்கிறது. சற்றுநேரம் மறக்க படம் பார்க்கவேண்டும். நிறைய பாட்டுக்கள், நிறைய சிரிப்பு...

தர்மலிங்கம் கைக்கடிகாரத்தைப் பார்த்தார். என்ன இது, ஆளைக் காணோம்! ஒரு வேளை சினிமா போயிருப்பார்களோ? இருக்கும்; காத்திரு, காத்திரு.

நாராயணன் பஸ் புறப்பட்டு நகர்ந்ததும் சன்னல் ஓர இருக்கையில் கன்னத்தில் கை வைத்து உட்கார்ந்தான். வெளியே

ஒளிக்கீற்றுகளாக நகர விளக்குகள் செல்ல, அவனுள் சிந்தனை குழம்பியது.

எத்தனை நாள், எத்தனை நாள் ஓடுவது?

என்றாவது ஒருநாள் நின்றாகவேண்டாமா?

என்றாவது ஒரு நாள்!

இன்று! இன்று! இன்றுதான்.

'கண்டக்டர்! ஸ்டாப்! ஹோல்டான்!' என்று கத்தினான் நாராயணன்.

அடுத்த ஸ்டாப்பில் இறங்கிவிட்டான்.

தர்மலிங்கம் கெடிகாரத்தைப் பார்த்தார். பதினொன்று.

கூட இருந்த கான்ஸ்டபிளிடம், 'இதப் பாருங்க. அங்கயே எதிர்த்தாப்பல நில்லுங்க. அவங்க வந்தால், ஒண்ணும் செய்ய வேண்டாம். வீட்டை விட்டு வெளியே வராம மட்டும் பார்த்துக் கங்க. பத்து நிமிடத்தில் வந்துர்றேன். பக்கத்தில் போலீஸ் ஸ்டேஷனுக்குப் போயிட்டு...'

ஜீப்பை எடுத்துக்கொண்டு புறப்பட்டார்.

திலகம் தன் எதிரில் சலனப்பட பொய் பிம்பங்களில் தன்னை மறந்து இருந்தாள்.

சிங்கப்பூரில் திலகமும் குமாரசாமியும் இளையராஜாவின் இசைக்குப் பாடிப் பறந்துகொண்டிருந்தார்கள்!

வருகிற வாகனங்களில் விரைந்தார்கள்! கம்பி ரயிலில் தொங்கி னார்கள்!

குமாரசாமி அவளைத் தன் பக்கம் திருப்பி, அவள் உதடுகளில் முத்தமிடப் போக, கேமரா நீலவானத்தை நோக்கி விரிந்தது.

தர்மலிங்கம் மைலாப்பூர் போலீஸ் நிலையத்தில் ஜீப்பை நிறுத்தி அவசரமாக உள்ளே சென்றார். உடனே மேஜையில் ட்யூட்டி எஸ்.ஐ. உட்கார்ந்திருக்க, 'நான் தர்மலிங்கம், அசோக்நகர் சர்க்கிள்.'

‘வாங்க, சார்! என்ன விஷயம்?’

‘புண்ணியகோடின்னு பழைய கேடி ஒருத்தன் உங்கள் ஏரியால தான் பதுங்கியிருக்கான். அவன் வீட்டு விலாசம் கண்டுபிடிச் சுட்டேன். அவனைப் பிடிக்கத் தயாரா இருக்கோம். இப்ப நீங்க வந்தால்...’

‘புண்ணியகோடியா!’

‘ஆமாம்!’

‘இதோ பாருங்க புண்ணியகோடி!’

‘என்னது...’

அருகே ஓரத்தில் உட்கார்ந்து இருந்த தாடிக்காரனை முதல் முதல் பார்த்தார்.

‘நான்தான் சார் புண்ணியகோடி!’ என்றான் நாராயணன். ‘என்னைப் பிடிக்கிறதுக்கு நீங்கள் சிரமப்பட வேண்டாம். நானாவே வந்துவிட்டேன்!’

‘முற்றும்’ என்பதற்குமுன்...

பிரும்மாண்டமான சாம்பார் அண்டா. அதன் அருகில் கைதிகளின் கியூ. ஒவ்வொருவராக அலுமினியக் கிண்ணியில் சாம்பார் வாங்கிக்கொண்டுபோக, குமாரசாமியின் முறை வந்தபோது அருகில் ‘வணக்கம் குமாரசாமி!’ என்ற குரல் கேட்டது. திரும்பிப் பார்த்தான்.

‘அட நீங்களா!’

‘ஆமாம், குமாரசாமி!’

‘என்ன ஆச்சு!’

‘அது பெரிய கதை! அப்புறம் சொல்றேன். சாப்பிட்டப்புறம் தனியா கொஞ்சம் வரீங்களா! உங்ககிட்ட முக்கியமாப் பேசணும்...’

‘திலகம் எப்படி இருக்கா?’

‘அது பத்தித்தான் பேசணும்... வரீங்களா?’

23

கைகழுவும் இடத்தில் இருந்து வார்டுக்கு இரட்டை இரட்டையாக நடக்கையில் குமாரசாமி புண்ணியகோடியுடன் சேர்ந்துகொண்டான்.

'என்ன விசயம்? திலகத்துக்கு ஏதாவது ஆயிருச்சா? உடம்பு கிடம்பு?'

'உடம்புக்கு ஒண்ணுமில்லை! அவளைத் தனியா விட்டுவிட்டு வரும்படி ஆய்டுச்சு.'

நாராயணன் சுற்றுமுற்றும் பார்த்தான். எதிரே பாதையைப் பார்த்துக்கொண்டே தாழ்ந்த குரலில் பேசினான்.

'குமாரசாமி! திலகத்தை நீங்கதானே காப்பாத் தணும்! தனியா இருக்கா.'

'ஆமாங்க, எப்படிங்க!'

'குமாரசாமி! இந்த ஜெயிலை விட்டு வெளியே போக எனக்கு ஒரு வழி தெரியும். சொல்லித் தாரேன்!'
